സാനിട്ടറി പാഡിന്റെ
അന്തിമ രഹസ്യം

sanitary padinte anthima rahasyam

•

k a beena

•

first edition
august 2017

•

typesetting & published
chintha publishers, thiruvananthapuram

•

cover
midas

വിതരണം

ദേശാഭിമാനി ബുക്ക് ഹൗസ്
H O തിരുവനന്തപുരം-695 035
Ph: 0471-2303026, 6063020
www.chinthapublishers.com
chinthapublishers@gmail.com

ബ്രാഞ്ചുകൾ

ഹെഡ്ഡാഫീസ് ബ്രാഞ്ച് കുന്നുകുഴി • സ്റ്റാച്യു തിരുവനന്തപുരം • കെ എസ് ആർ ടി സി ബസ് സ്റ്റേഷൻ ആലപ്പുഴ • കെ എസ് ആർ ടി സി ബസ് സ്റ്റേഷൻ എറണാകുളം • മച്ചിങ്ങൽ ലെയ്ൻ തൃശൂർ • ഐ ജി റോഡ് കോഴിക്കോട് • മാവൂർ റോഡ് കോഴിക്കോട് • എൻ ജി ഒ യൂണിയൻ ബിൽഡിങ് കണ്ണൂർ • സെൻട്രൽ ബസ് ടെർമിനൽ കോംപ്ലക്സ് താവക്കര കണ്ണൂർ

CO - 2547 / 4391
ISBN - 978-93-86637-18-5

സാനിട്ടറി പാഡിന്റെ
അന്തിമ രഹസ്യം

കെ എ ബീന

ചിന്ത പബ്ലിഷേഴ്സ്
തിരുവനന്തപുരം-695 035

കെ എ ബീന

പത്രപ്രവർത്തനത്തിലും ഇംഗ്ലീഷ് സാഹിത്യത്തിലും ബിരുദാനന്തര ബിരുദം. *കേരളകൗമുദി, കലാകൗമുദി* വിമൻസ് മാഗസിൻ, ഗൃഹലക്ഷ്മി തുടങ്ങിയ പ്രസിദ്ധീകരണങ്ങളിൽ പ്രവർത്തിച്ചു. 1991 ൽ ഇന്ത്യൻ ഇൻഫർമേഷൻ സർവ്വീസിൽ ചേർന്നു. ഡയറക്ടറേറ്റ് ഒഫ് അഡ്‌വർടൈസിങ് ആന്റ് വിഷ്വൽ പബ്ലിസിറ്റി (ഡി എ വി പി), പ്രസ് ഇൻഫർമേഷൻ ബ്യൂറോയുടെ തിരുവനന്തപുരം, ഗുവാഹത്തി ഓഫീസുകളിൽ പ്രവർത്തിച്ചിട്ടുണ്ട്. ആകാശവാണിയിലും ദൂരദർശനിലും ന്യൂസ് എഡിറ്ററായിരുന്നു. ഇപ്പോൾ എറണാകുളം ഫീൽഡ് പബ്ലിസിറ്റി ഡയറക്ടറേറ്റിൽ പ്രവർത്തിക്കുന്നു. ആനുകാലികങ്ങളിൽ കോളങ്ങളും കഥകളും, ലേഖനങ്ങളും എഴുതുന്നു. സ്കൂൾ വിദ്യാർത്ഥിനിയായിരിക്കുമ്പോൾ നടത്തിയ റഷ്യൻ പര്യടനത്തെ ആസ്പദമാക്കി 1981 ൽ പ്രസിദ്ധീകരിച്ച *ബീന കണ്ട റഷ്യ* ആണ് ആദ്യ പുസ്തകം. 25 വർഷങ്ങൾക്കുശേഷം 2007, 2010, 2015 വർഷങ്ങളിൽ *ബീന കണ്ട റഷ്യ* പുനഃപ്രസിദ്ധീകരിച്ചു. *ബ്രഹ്മപുത്രയിലെ വീട്, ചുവടുകൾ, നദി തിന്നുന്ന ദ്വീപ്, ബഷീർ എന്ന അനുഗ്രഹം, ബഷീറിന്റെ കത്തുകൾ, ഡേറ്റ്‌ലൈൻ, ചരിത്രത്തെ ചിറകിലേറ്റിയവർ, റേഡിയോ കഥയും കലയും, കൗമാരം കടന്നു വരുന്നത്, ശീതനിദ്ര, അമ്മമാർ അറിയാത്തത്, അമ്മക്കുട്ടിയുടെ ലോകം, അമ്മക്കുട്ടിയുടെ സ്ക്കൂളിൽ, അമ്മക്കുട്ടിയുടെ അത്ഭുതങ്ങൾ, പെരുമഴയത്ത്, കുട്ടിക്കാലം* എന്നിവയാണ് പ്രധാന കൃതികൾ.

email : kabeena1964@gmail.com

ഉള്ളടക്കം

പ്രസാധകക്കുറിപ്പ്

പുരുഷകേന്ദ്രിതമായ ഒരു സാമൂഹ്യ വ്യവസ്ഥയിൽ സ്ത്രീ കർതൃത്വത്തിനും തുല്യതയ്ക്കും വേണ്ടി സ്ത്രീകൾക്ക് വലിയ സമരമുഖങ്ങൾ തുറക്കേണ്ടതുണ്ട്. കാരണം പ്രത്യയശാസ്ത്ര ഉപകരണങ്ങൾ പുരുഷ അധീശ വ്യവസ്ഥയെ ഉറപ്പിക്കാനുള്ളതാണ്. അതുകൊണ്ട് തന്നെ ആന്തരികവും ബാഹ്യവുമായ സാംസ്കാരിക സമരങ്ങളെ സ്ത്രീകൾ ഏറ്റെടുത്തേ മതിയാകൂ. അത് സമൂഹത്തിൽനിന്ന് മാത്രമല്ല, കുടുംബത്തിൽ നിന്നുതന്നെ ആരംഭിക്കേണ്ടതുണ്ട്. കെ എ ബീന രചിച്ച ഈ പുസ്തകം ഈ വിധം സ്ത്രീപക്ഷ ഇടപെടലിനെ കുടുതൽ ശക്തിപ്പെടുത്തുന്നതാണ്. വായനക്കാരുടെ സംവാദവും സഹകരണവും പ്രതീക്ഷിക്കുന്നു.

ചിന്ത പബ്ലിഷേഴ്സ്

1

ആൺകുട്ടികളെ പാചകം പഠിപ്പിക്കുക

കഴിഞ്ഞ ദിവസം കൂട്ടുകാരി മിനിയുടെ മകൾ ഇരുപത്തഞ്ചുകാരി രമ്യ കുടുംബകോടതിയുടെ വിവാഹപ്പടിയിറങ്ങി. ഏകമകളുടെ ദുർവ്വിധി പങ്കുവച്ചുകൊണ്ട് മിനി തേങ്ങി:

"ആ ചെക്കന്റമ്മയ്ക്ക് നല്ല കാലത്ത് അതിനെ വല്ലതുമൊക്കെ പാചകം ചെയ്യാൻ പഠിപ്പിച്ചു കൂടായിരുന്നോ. പെണ്ണിന്റെ വാശി മുഴുവൻ അതായിരുന്നു. എത്ര പറഞ്ഞിട്ടും തലയിൽ കേറുന്നില്ല."

രമ്യ ഡോക്ടറാണ്. ഭർത്താവ് വരുണും ഡോക്ടർ തന്നെ. ഒരുമിച്ച് പഠിച്ച് പ്രണയിച്ച് കല്യാണം കഴിച്ചവർ. കല്യാണം മുതൽ രമ്യക്ക് ഈർഷ്യ തുടങ്ങിയതാണ്. ഒരേ വിദ്യാഭ്യാസവും ഒരേ ജോലിയുമായിട്ടും വരുണിന്റെ വീട്ടുകാർ പുതിയ കാറും ഫ്ളാറ്റും ചോദിച്ചതു രമ്യക്ക് തീരെ ഇഷ്ടമായില്ല. പ്രണയത്തിന്റെ പേരിൽ അവളതു സഹിച്ചു. അച്ഛനമ്മമാർക്ക് അത് നല്കാൻ ബുദ്ധിമുട്ടുണ്ടായിരുന്നില്ല. പക്ഷേ, വിവാഹജീവിതത്തിലും വരുൺ അതുപോലെ പെരുമാറാൻ തുടങ്ങിയെന്നായിരുന്നു രമ്യയുടെ പരാതി.

ഒരേ ആശുപത്രിയിൽ ജോലി ചെയ്ത് മടങ്ങിയെത്തിയാൽ വരുൺ നേരെ കമ്പ്യൂട്ടറിന്റെ മുന്നിൽ പോവും, ഇല്ലെങ്കിൽ ടി വി കാണും. രമ്യ ഒറ്റയ്ക്ക് അടുക്കളയിൽ മല്ലിടൽ - മാറി മാറി വന്ന വീട്ടുസഹായികൾ ഒന്നും വരുണിന്റെ രുചിമുകുളങ്ങളെ തൃപ്തമാക്കിയില്ല, അവന് രുചിയുള്ള ഭക്ഷണം നിർബ്ബന്ധം - അവ ഉണ്ടാക്കി മടുത്ത് തളർന്ന രമ്യ ഒടുവിൽ പറഞ്ഞു:

"തുല്യ ജോലി, തുല്യ വേതനം, തുല്യ സ്ഥാനം - അടുക്കള ജോലി എന്റേത് മാത്രമല്ല, നീയും കൂടി അത് ഏറ്റെടുക്ക്."

വരുൺ തയ്യാറായില്ല. മകനെ അടുക്കളയിൽ കയറ്റാൻ ശ്രമിച്ച മരുമകളുമായി അമ്മായിയമ്മ കലഹിച്ചു. മൊത്തം അലമ്പായി കേസ്

കുടുംബ കോടതിയിലെത്തി വഴിപിരിഞ്ഞു. പുതിയ കാലത്ത് എത്രയെത്ര കേസുകളാണ് ഇങ്ങനെ കേൾക്കുന്നത്! രമ്യയുടെ അമ്മയെപ്പോലെ എത്ര പേരാണ് പറഞ്ഞു പോവുന്നത്:

"ചെക്കനെ പാചകം പഠിപ്പിച്ചിരുന്നെങ്കിൽ."

നമ്മുടെ ചെക്കന്മാരെ പാചകം പഠിപ്പിക്കുന്നതിന് വേണ്ടി സിലബസ് പരിഷ്കരിക്കേണ്ടിയിരിക്കുന്നു.

ജീവിതത്തിൽ അത്യാവശ്യം പഠിച്ചിരിക്കേണ്ട ഒന്നാണ് പാചകം എന്ന് തിരിച്ചറിയുന്നത് നാടുവിട്ട് ജീവിക്കേണ്ടി വരുമ്പോഴാണ്. കഴിഞ്ഞ ഒരു വർഷമായി ഡൽഹിയിൽ ജോലി സംബന്ധമായി താമസിക്കുന്ന എന്റെ ഭർത്താവ് ഇതിനകം പലവട്ടം പറഞ്ഞു കഴിഞ്ഞു:

"പണ്ടേ പാചകം പഠിക്കേണ്ടിയിരുന്നു."

ചമ്പാവരിക്കഞ്ഞിയും പയർതോരനും ചമ്മന്തിയുമാണ് പുള്ളിയുടെ മിനിമം ഡിമാന്റ്. ഇവ ഉണ്ടാക്കാൻ അറിയാതെ വടക്കേ ഇന്ത്യയിൽ ഭക്ഷണം കഴിച്ച് മടുക്കുകയാണ് ബൈജു.

പെൺകുട്ടികൾ എന്തു ചെയ്യണം, എന്തു ചെയ്യരുത്, ആൺകുട്ടികൾ എന്തു ചെയ്യണം, എന്ത് ചെയ്യരുത് എന്നതിനെക്കുറിച്ച് വ്യക്തമായ ധാരണകൾ നമുക്കുണ്ട്. ചെറുപ്പകാലം മുതലേ ഇതനുസരിച്ച് വളർത്താനും ശ്രമിക്കുന്നു. ഈയിടെ ഒരു സുഹൃത്ത് ഒരനുഭവം പറഞ്ഞു:

കറന്റ് പോയി ഫ്യൂസ് കെട്ടുമ്പോൾ പത്താം ക്ലാസിൽ പഠിക്കുന്ന മകളോട് ചോദിച്ചു:

"നിന്നെ സ്കൂളിൽ ഇതൊക്കെ പഠിപ്പിക്കാറില്ലേ?"

"അതൊക്കെ ആൺകുട്ടികളെയാണ് പഠിപ്പിക്കുന്നത്. പെൺകുട്ടികളെ ആ പീരിയഡിൽ കുക്കിങ്ങും സ്റ്റിച്ചിങ്ങും ആണ് പഠിപ്പിക്കാറ്. ഇലക്ട്രിസിറ്റി, പ്ലംബിങ്, മെയിന്റനൻസ് ഒക്കെ ആൺകുട്ടികളെയേ പഠിപ്പിക്കൂ."

ഇത് കേട്ട് ക്ഷുഭിതനായ സുഹൃത്ത് പിറ്റേന്ന് സ്കൂളിൽ ചെന്നു. ന്യൂജനറേഷൻ സ്കൂളാണ്. മകൾക്ക് സമ്പൂർണ്ണ വളർച്ചയുണ്ടാകണം എന്ന് കരുതിയാണ് ചേർത്തത്. എന്നിട്ട് ഇവിടെയും വിവേചനമോ?

"അത് പിന്നെ പെൺകുട്ടികളെ തയ്യലും പാചകവും അല്ലേ പഠിപ്പിക്കേണ്ടത്. വീട്ടിലെ മറ്റു പണികൾ ആൺകുട്ടികൾ അറിഞ്ഞിരിക്കണ്ടേ."

"പെൺകുട്ടികളെ പാചകവും തയ്യലും പഠിപ്പിക്കാതെയിരുന്നാലും അവർ ജീവിതത്തിൽ നിന്നത് പഠിച്ചോളും. അതുപോലെ വീട്ടിലെ മെക്കാനിക്കു പണികൾ ആൺകുട്ടികളെ പ്രത്യേകിച്ച് ഇരുത്തി പഠിപ്പിക്കണ്ട, അതവർ പഠിച്ചോളും. മറിച്ചാണ് സ്കൂളുകാർ ചെയ്യേണ്ടത്" എന്ന് സുഹൃത്ത് ടീച്ചറോട് പറഞ്ഞു.

ആൺകുട്ടികളെയും പെൺകുട്ടികളെയും വ്യവസ്ഥാപിതമായി വളർത്തുന്നതിനെക്കുറിച്ച് ചിന്തിക്കേണ്ട കാലമാണിത്. കുടുംബസംവിധാനത്തിൽ പൊളിച്ചെഴുത്ത് നടന്നുകൊണ്ടിരിക്കുന്നു. സ്ത്രീ ഇന്ന് അടുക്കളയിലല്ല, വിദ്യാഭ്യാസവും ഉദ്യോഗവും നേടി പുറംലോകത്തെത്തി

യിരിക്കുന്നു. സ്ത്രീയും പുരുഷനും ജോലിക്ക് പോകുമ്പോൾ വീട് രണ്ട് വ്യക്തികളുടേതായി മാറുന്നു. ഒരാൾ മാത്രം പാചകം ചെയ്ത് ജീവിക്കുകയെന്നത് ഇന്ന് പ്രായോഗികമല്ല. അതുകൊണ്ടുതന്നെ ആൺകുട്ടികളെ പാചകം പഠിപ്പിക്കേണ്ടത് അത്യാവശ്യമായിരിക്കുന്നു. അന്യനാടുകളിൽ പോയി പണിയെടുത്ത് കഷ്ടപ്പെടുന്നതിനിടയിൽ സ്വന്തം നാട്ടിലെ ഭക്ഷണം കഴിക്കുകയെന്നത് നല്കുന്ന ആശ്വാസം ചെറുതല്ല. പ്രവാസികളാണ് നമ്മൾ, പ്രവാസത്തിന് അത്യാവശ്യമായ ഒന്നാണ് പാചകം.

നമ്മുടെ കരിക്കുലത്തെക്കുറിച്ച് ആലോചിക്കുമ്പോൾ നിരാശ തോന്നാറുണ്ട്. മനുഷ്യജീവിതത്തിനാവശ്യമായതൊന്നും അതിലില്ല. കുറെ വിവരങ്ങൾ, വിജ്ഞാനം ഇവയുടെ മനഃപാഠം. പത്താം ക്ലാസ് കഴിഞ്ഞ എത്ര കുട്ടികൾക്ക് ഷർട്ടിന്റെ ബട്ടൺ പൊട്ടിപ്പോയാൽ തുന്നിപ്പിടിപ്പിക്കാൻ അറിയാം? ഇതുപോലെ നിത്യ ജീവിതവുമായി ബന്ധപ്പെട്ട ഒട്ടേറെ കാര്യങ്ങൾ കുട്ടികളെ പഠിപ്പിക്കാതെയാണ് നമ്മൾ "വിദ്യാഭ്യാസം" നല്കുന്നത്. പാചകം കരിക്കുലത്തിന്റെ ഭാഗമാകേണ്ട കാലം അതിക്രമിച്ചു കഴിഞ്ഞിരിക്കുന്നു.

യുവാക്കളിലെ വിവാഹമോചന നിരക്ക് കൂടുന്നതിനെക്കുറിച്ച് നമ്മൾ വ്യാകുലപ്പെടുന്നു. തുല്യ വിഭ്യാഭ്യാസവും തുല്യ ശമ്പളവുമുള്ള ജോലിയും ഉള്ള ആണും പെണ്ണും ഓഫീസ് ജോലി കഴിഞ്ഞ് വന്ന് വീട്ടുപണി പെണ്ണിന്റേതു മാത്രം എന്ന മട്ടിൽ പെരുമാറിയാൽ എത്ര കാലമാണ് ദാമ്പത്യം നിലനില്ക്കുക?

പുതിയ കാലത്ത് ഒരുപാട് ആൺകുട്ടികൾ വീട്ടുകാര്യങ്ങളിലും അടുക്കളയിലും ശ്രദ്ധപതിപ്പിക്കാൻ തയ്യാറാകുന്നു എന്നത് സ്വാഗതാർഹമാണ്. സ്വാനുഭവത്തിന്റെ, സ്വാതന്ത്ര്യത്തിന്റെ പരസ്പരമുള്ള അംഗീകാരത്തിന്റെ ആഘോഷമാകണം വിവാഹം. അതിനാവശ്യം രണ്ടുപേരും ഒന്നിച്ച് വീട്ടുകാര്യങ്ങൾ ഏറ്റെടുക്കുകയാണ്.

നമ്മുടെ ആൺകുട്ടികൾക്ക് നിർബ്ബന്ധമായും പാചകം പഠിപ്പിക്കാനുള്ള സംവിധാനങ്ങൾ ഉണ്ടാക്കണം. പെൺകുട്ടികളെ ഫ്യൂസ് കെട്ടാനും പൈപ്പ് നന്നാക്കാനുമൊക്കെ പഠിപ്പിക്കണം.

നിത്യ ജീവിതത്തിൽ അത്യാവശ്യമായ കാര്യങ്ങളാണ് ആദ്യം പഠിക്കേണ്ടത്. ഒരു വ്യക്തിയെ പൂർണ്ണനാക്കിയെടുക്കുകയാണ് വിദ്യാഭ്യാസത്തിന്റെ ലക്ഷ്യം. ഇവിടെ നടക്കുന്നത് സമ്പൂർണ്ണ വികാസമല്ല, തലയുടെ മാത്രം വികാസമാണ്. ഇതാണ് മാറേണ്ടത്.

2

ആര് രക്ഷിക്കും, ആര് ശിക്ഷിക്കും?

ഒരു സ്ത്രീയും ചോദിച്ചു വാങ്ങിയതല്ല അവളുടെ ശരീരം. XX, XY ക്രോമസോമുകളുടെ വിന്യാസത്തിന്റെ കളിയെന്തെന്ന് ആരോട് ചോദിച്ചറിയേണ്ടൂ എന്ന് അറിയാതെ ജീവിതത്തിന്റെ ഏതെങ്കിലും ഘട്ടത്തിൽ ഓരോ സ്ത്രീയും ചോദിച്ചു പോകുന്നു. ഞാനെന്തുകൊണ്ട് ഇങ്ങനെ ആയി..

പ്രപഞ്ചത്തിന്റെ മഹാരഹസ്യം അറിയാനാവാത്തപ്പോഴും ഒന്ന് അവൾക്ക് ഉറപ്പായി അറിയാം. ഈ ലോകം അവളുടെ ഉള്ളിലാണ് നില നില്ക്കുന്നത്.സൃഷ്ടിയുടെ അരങ്ങും അണിയറയും അവളാണ്. ഇന്നലെയും ഇന്നും നാളെയും അവളുടെ ഗർഭപാത്രങ്ങളിലാണ്.

അത്ഭുതമൂറുന്ന മനസ്സോടെ മാത്രം ഓർക്കാനാവുന്ന ആ സത്യത്തിലേക്കാണ് ഡൽഹിയിലെ ബസിൽ ഇരുമ്പുദണ്ഡ് പാഞ്ഞു ചെന്നത്, ഛിന്നഭിന്നമാക്കി തകർത്തത്. മനുഷ്യത്വത്തെക്കുറിച്ച് ഒന്നും പറയാൻ അവസരം നല്കാതെ നില്ക്കുന്നത് ആ ആറ് പേർ മാത്രമല്ല, സ്ത്രീ ശരീരത്തിനുള്ളിൽ ജനിച്ചു പോയി എന്നതുകൊണ്ട് മാത്രം ജീവിക്കാനുള്ള അവകാശം നിഷേധിക്കപ്പെട്ടത് ഡൽഹിയിൽ കൊല ചെയ്യപ്പെട്ട പെൺകുട്ടിക്ക് മാത്രവുമല്ല... ഓരോ മിനുട്ടിലും ഈ ഭൂമിയിൽ സ്ത്രീ ശരീരങ്ങൾക്കു മേൽ പുരുഷാക്രമണങ്ങൾ നടന്നുകൊണ്ടേയിരിക്കുന്നു. കമന്റടി മുതൽ ബലാത്സംഗകൊലപാതകങ്ങൾ വരെ!

ചർച്ചകളും ഒപ്പം നടക്കുന്നു, എങ്ങനെ തടയാം? എങ്ങനെ രക്ഷിക്കാം സ്ത്രീയെ?

പുരുഷനും സ്ത്രീയും ഒരിക്കലും ഒരു വരയ്ക്കപ്പുറത്തും ഇപ്പുറത്തുംനിന്ന് കബഡി കളിച്ച് ജീവിക്കേണ്ടവരല്ല, പുരുഷനിൽനിന്ന് ഓടിയൊളിച്ച് ജീവിക്കാനും പറ്റില്ല സ്ത്രീക്ക്. ഒരുമിച്ച് തന്നെയായിരുന്നു ഈ വഴി താണ്ടേണ്ടിയിരുന്നതും.

11 സാനിട്ടറി പാഡിന്റെ അന്തിമരഹസ്യം

കെ എ ബീന

ഓരോ അമ്മയുടെയും ദയയുടെയും കാരുണ്യത്തിന്റെയും കരുതലിന്റെയും സ്നേഹത്തിന്റെയും ഔദാര്യമാണ് ഓരോ പുരുഷ ശരീരവും. ഗർഭപാത്രത്തിൽ പോറ്റി, പെറ്റ് വളർത്തിയെടുത്ത പുരുഷ ശരീരങ്ങൾ, അടുക്കളയിൽ എരിഞ്ഞ് തളർന്ന് ഊട്ടി വളർത്തി ബലം നല്കിയ ശരീരങ്ങൾ. ആ ശരീരങ്ങൾ ആക്രമണത്തിന് തുനിയുമ്പോൾ സ്ത്രീ പകച്ചു പോകുന്നു, വിശ്വാസവഞ്ചനയിൽ മനം നൊന്ത് പിടഞ്ഞും പോകുന്നു. സഹനത്തിലൂടെ കടന്നുപോയത് നൂറ്റാണ്ടുകൾ. സ്ത്രീ സഹനമാണ് എന്ന് പഠിപ്പിച്ചത് പുരുഷനോ സ്ത്രീയോ?

മദം പൊട്ടിയ ആനയെ തളയ്ക്കാൻ മയക്കുവെടി വയ്ക്കുംപോലെ കാമാർത്തിയിൽ പുളയുന്ന പുരുഷന്മാരെ (എല്ലാ പുരുഷന്മാരും എന്ന് പറയുന്നതേയില്ല. അങ്ങനെ അല്ലാത്തവർ ഉൾപ്പെട്ട ഭൂരിപക്ഷം വരുന്ന പുരുഷ സമൂഹത്തോടുള്ള ബഹുമാനവും സ്നേഹവും നിലനിർത്തിക്കൊണ്ട് തന്നെ മാനസികരോഗം ബാധിച്ച കുറേപ്പേരെക്കുറിച്ച് എഴുതുകയാണ്. ഓരോ വട്ടവും 'ചില' പുരുഷന്മാർ 'ചിലർ' എന്നെഴുതുന്നതിലെ വിരസത ഒഴിവാക്കുന്നു എന്ന് മാത്രം.) നിയന്ത്രിക്കാൻ പോംവഴികൾ എന്ത്?

കടുത്ത നിയമങ്ങൾ തന്നെയാണ് ഒന്നാമത്തെ മാർഗ്ഗം. ബലാത്സംഗവും ആക്രമണവും നടത്തുന്ന പുരുഷന്മാരെ ജീവിതകാലം മുഴുവൻ ജയിലിലിടുക, അവർക്ക് ജീവിതാന്ത്യംവരെ ഏകാന്ത തടവ് കൊടുത്താലും കുഴപ്പമില്ല, ഒരിക്കലും പുറത്തിറങ്ങി വൈകല്യമാർന്ന മനസ്സ് കൊണ്ട് മറ്റൊരു സ്ത്രീ ശരീരത്തെ അപകടപ്പെടുത്താൻ ഒരു പഴുതും ബലാത്സംഗം ചെയ്യുന്നവർക്ക് നല്കാതെ ശക്തമായ നിയമനിർമ്മാണം നടത്തണം.

നിയമങ്ങളുടെ കുറവുകൊണ്ടല്ല ഈ കുറ്റവാളികൾ രക്ഷപ്പെടുന്നത്, ഉള്ള നിയമം നേരേചൊവ്വെ നടപ്പാക്കാൻ വേണ്ട സാഹചര്യവും സന്മനസ്സും ഇല്ലാത്തതിനാലാണ്. അതിവേഗ കോടതികൾ, വനിതാ കോടതികൾ ഒക്കെ സ്ഥാപിച്ച് സ്ത്രീകളെ ആക്രമിച്ചവരെ എത്രയും വേഗം ശിക്ഷിക്കാൻ നടപടിയെടുക്കുകയെന്നത് അത്യാവശ്യമാണ്. ഒരു ജീവിതകാലം മുഴുവൻ കോടതിയുടെ കനിവ് തേടി ജീവിതം ഹോമിക്കേണ്ടി വരുന്നത് ഒരു സൂര്യനെല്ലി പെൺകുട്ടിക്ക് മാത്രമല്ല. വിചാരണ വേളയിൽ അനുഭവിക്കേണ്ടി വരുന്ന മാനസിക പീഡനം മറ്റൊന്നാണ്. അത്തരം ക്രൂരതകൾക്ക് പ്രതിവിധികൾ തേടിയേ തീരൂ.

ശക്തമായ പൊലീസ് സംവിധാനം, സ്ത്രീ സുരക്ഷയ്ക്ക് പ്രത്യേക പൊലീസ് സേന, കുടുംബവും സമൂഹവും തള്ളിപ്പറഞ്ഞാൽപ്പോലും സുരക്ഷിതമായി താമസിക്കാനുള്ള വാസസ്ഥലങ്ങൾ, ഇങ്ങനെ പലതും അത്യാവശ്യമാണ്.

ഏറ്റവും പ്രധാനം ഭരണാധികാരികൾക്കും സമൂഹത്തിനും സ്ത്രീകളോടും സ്ത്രീപ്രശ്നങ്ങളോടുമുള്ള നിലപാടുകൾ ആരോഗ്യകരമാക്കുകയെന്നതാണ്!

കുറ്റവാളികൾക്ക് തലോടലും ഇരകൾക്ക് തല്ലും നല്കുന്ന രീതി മാറ്റണം. ആക്രമിക്കപ്പെടുന്നതിനൊപ്പം, ക്രൂരമായ വേട്ടയാടലും നേരിടേണ്ടി വരുന്ന ഹതഭാഗ്യരാണ് സ്ത്രീകൾ.

മറ്റ് പല തലങ്ങളിലൂടെയും സ്ത്രീകളോടുള്ള മോശമായ പ്രതികരണവും പെരുമാറ്റവും കൈകാര്യം ചെയ്യേണ്ടതുണ്ട്. ത്രിതല പഞ്ചായത്തുകൾ, ഗ്രാമസഭകൾ, സ്കൂളുകൾ, കോളേജുകൾ തുടങ്ങി നിരവധി സ്ഥാപനങ്ങളിൽ പരസ്യമായി "സ്ത്രീപീഡന വീരന്മാർക്ക് സ്വീകരണം" നല്കാനാവും. ഓരോ കവലയിലും ഓരോ പീഠം ഉണ്ടാക്കി, സ്ത്രീകളെ തൊടാനും തോണ്ടാനും അശ്ലീലം പറയാനും മുതിരുന്നവരെ കയറ്റി നിർത്താം. (അടിയും ഇടിയും തൊഴിയും ഒക്കെ കൊടുത്ത് ക്രിമിനൽ കേസുണ്ടാക്കാനൊന്നും പൊതുജനം ശ്രമിക്കരുത്.) അങ്ങനെ പത്തുസ്ഥലത്ത് പരസ്യമായി അധിക്ഷേപിക്കപ്പെടുമ്പോൾ ചികിത്സ ആവശ്യമില്ലാത്ത പീഡന വീരന്മാർ കണ്ടും കേട്ടും ആ പണി നിർത്തിക്കോളുമെന്നാണ് തോന്നുന്നത്. കൂക്കി വിളിച്ചും കളിയാക്കിയും നാടുനീളേ എഴുന്നള്ളിച്ചുമൊക്കെ സ്ത്രീപീഡനവീരന്മാർക്ക് ചികിത്സ നല്കാം.

നാണം കെടുത്തിയാലും നന്നാകാത്തവർക്കുവേണ്ടി പെപ്പർ സ്പ്രേകളും ചില്ലി സ്പ്രേകളും വാങ്ങാം. കുരുമുളക് പൊടി, മുളക് പൊടി എന്നിവ വിനിഗറുമായി കലർത്തി ഉണ്ടാക്കുന്ന മിശ്രിതം ബോഡി സ്പ്രേ പോലെ ഉപയോഗിക്കാനുള്ള സംവിധാനങ്ങളാണിവ. ആക്രമിക്കാൻ വരുന്നയാളിന്റെ മുഖത്തേക്ക് കൃത്യമായി സ്പ്രേ അടിക്കാൻ പഠിച്ചിരിക്കണമെന്ന് മാത്രം. പരിശീലിച്ചാൽ വളരെ അനായാസമായി പെപ്പർ സ്പ്രേ ഉപയോഗിച്ച് ആക്രമിക്കാൻ വരുന്നവരെ ചെറുക്കാമെന്ന് തിരുവനന്തപുരത്തെ ടെക്നോപാർക്കിലെയും മറ്റും പെൺകുട്ടികൾ പറയുന്നു. അക്രമി സ്പ്രേ പിടിച്ചു വാങ്ങി തിരിച്ച് ഉപയോഗിച്ചാലോ എന്ന മറുചോദ്യം ഉയരുന്നുണ്ട്. ആരുടെ ദേഹത്താണോ സ്പ്രേ ചെയ്തത് അവിടെ 20 മിനുട്ടോളം അത് തങ്ങി നില്ക്കും. അതുകൊണ്ട് തന്നെ സ്പ്രേ ചെയ്ത് കീഴ്പ്പെടുത്തി ബലാത്സംഗം ചെയ്യാൻ അത്ര എളുപ്പമല്ല. മറ്റൊരു രക്ഷാമാർഗ്ഗം ഇല്ലാതെ വരുമ്പോൾ ഇതെങ്കിലും കൈയിൽ ഉണ്ടാകുന്നത് അല്ലേ നല്ലത്?

മെഡിക്കൽ സ്റ്റോറുകളിലും സൂപ്പർ മാർക്കറ്റുകളിലും പെപ്പർ സ്പ്രേകൾ വാങ്ങാൻ കിട്ടും. അവ വിദഗ്ദ്ധമായി ഉപയോഗിക്കാൻ പെൺകുട്ടികൾക്ക് കഴിഞ്ഞാൽ സുരക്ഷാകാര്യത്തിൽ അല്പമെങ്കിലും മാറ്റം വരുത്താം.

പരമ്പരാഗത പുരുഷാക്രമണം ചെറുക്കുന്ന ആയുധങ്ങളായ ചെരിപ്പ്, സേഫ്റ്റിപിൻ, സ്ലൈഡ് തുടങ്ങിയ ആയുധങ്ങൾ ഞരമ്പുരോഗികൾക്കെതിരെ എക്കാലവും ഉപയോഗിക്കാവുന്നവ തന്നെയാണ്.

കരാട്ടെ, കളരിപ്പയറ്റ്, കുങ്ഫൂ, തായ്ചി എന്നിങ്ങനെയുള്ള ആയോധനകലകൾ പഠിക്കുക മറ്റൊരു മാർഗ്ഗം.

തന്റേടത്തോടെയും കരുത്തോടെയും പെരുമാറുന്ന സ്ത്രീകളുടെ

പുറത്ത് കൈവയ്ക്കാൻ സാധാരണഗതിയിൽ ഒന്നറയ്ക്കും. ഭയപ്പെട്ട് ഒന്നും നേടാനാവില്ല, ഏതു സാഹചര്യത്തിലും മന:സ്ഥൈര്യം കൈവരിക്കുക. മനസ്സിലെ ധൈര്യം ശരീരത്തിന് വലിയൊരളവുവരെ ശക്തി നല്കും.

കാലാകാലങ്ങളായി സ്ത്രീയുടെ മേൽ തങ്ങൾക്കുണ്ട് എന്ന് പുരുഷൻ കരുതുന്ന അധീശത്വ മനോഭാവം മാറുക വലിയ ആവശ്യമാണ്. തങ്ങളുടെ ആവശ്യങ്ങൾ നടത്തിക്കിട്ടാൻ വേണ്ടി സൃഷ്ടിക്കപ്പെട്ടവരാണ് സ്ത്രീകളെന്നും, എവിടെയും എപ്പോഴും ആർക്കും കൈയേറ്റം ചെയ്യാൻ അധികാരമുള്ള ഒരു 'വസ്തു'വാണ് സ്ത്രീശരീരമെന്നുമുള്ള ധാരണകളാണ് പല പുരുഷന്മാരെക്കൊണ്ടും അക്രമങ്ങൾ ചെയ്യിക്കുന്നത്. ഇത്തരം ധാരണകൾ ഇനിയുള്ള സാഹചര്യത്തിൽ അപകടകരമാണെന്നും, സ്ത്രീയെ തൊട്ടാൽ (കമന്റടിച്ചാൽ കൂടി) ജയിലിലാവും എന്നും ബോദ്ധ്യപ്പെടുത്താൻ കഴിഞ്ഞാൻ പ്രശ്നങ്ങൾ താനേ തീരും.

ഹെൽമറ്റ് ധരിപ്പിക്കാനും കാറിൽ സീറ്റ് ബെൽറ്റ് ഇടീക്കാനും കറുത്ത ഫിലിം ഒട്ടിച്ചത് മാറ്റാനും ഒക്കെ പൊലീസിന് വലിയ പ്രയാസമൊന്നും ഉണ്ടായില്ലല്ലോ. ആത്മാർത്ഥതയോടെ നിയമം നടപ്പാക്കിയാൽ വളരെ പെട്ടെന്ന് സ്ത്രീകൾക്ക് രാവും പകലും റോഡിലിറങ്ങി നടക്കാനാവും.

നിയമങ്ങളെപ്പറ്റി പുരുഷന്മാർക്ക് പറഞ്ഞുകൊടുക്കാൻ രാജ്യമാസകലം ക്യാമ്പെയിനുകൾ ആവശ്യമാണ്. മാനസിക ചികിത്സ ആവശ്യമുള്ള ലൈംഗിക രോഗികളെ കണ്ടെത്താനും ആശുപത്രികളിലാക്കാനും കഴിയണം. ഇക്കൂട്ടർക്കായി പ്രത്യേക ലൈംഗിക ചികിത്സാ കേന്ദ്രങ്ങൾ തന്നെ തുടങ്ങേണ്ടിയിരിക്കുന്നു. സ്ത്രീയോട് അപമര്യാദയായി പെരുമാറുന്നവർക്കെല്ലാം തന്നെ മാനസികമായി പ്രശ്നങ്ങളുണ്ടാവുമെന്ന് ഉറപ്പാണ്!

മദ്യപാനത്തെക്കുറിച്ച്, നീലച്ചിത്രങ്ങളെക്കുറിച്ച്, മാധ്യമങ്ങളിലൂടെ പ്രദർശിപ്പിക്കപ്പെടുന്ന സ്ത്രീയുടെ ഭാവത്തെക്കുറിച്ച് - കണ്ണടച്ച് ഇരുട്ടാക്കുന്നതിൽ ഇനിയും കാര്യമില്ല. മദ്യവും മാധ്യമങ്ങളും (പ്രത്യേകിച്ച് സിനിമയും സീരിയലുകളും പരസ്യങ്ങളും) അനുദിനം സ്ഥിതി വഷളാക്കുകയാണ്. ഇവ നിയന്ത്രിച്ചാൽ വമ്പൻ നഷ്ടം സർക്കാരിനുണ്ടാകുമായിരിക്കും, എന്നാലും ജനസംഖ്യയിൽ പാതിവരുന്ന സ്ത്രീകളുടെ ജീവൻ രക്ഷിക്കാൻ, അഭിമാനവും അന്തസ്സും സംരക്ഷിക്കാൻ വേണ്ടിയുള്ള ഏതു നഷ്ടവും നഷ്ടമാവില്ല. ആരോഗ്യകരമായ കുടുംബങ്ങളുടെയും സമൂഹത്തിന്റെയും സൃഷ്ടിക്കു വേണ്ടി ചെലവഴിക്കുന്ന മൂലധനമായി കണക്കാക്കിയാൽ മതി.

ആഗോളവല്ക്കരണത്തിന്റെ വാതിലിലൂടെ കടന്നുവന്ന കച്ചവട താല്പര്യങ്ങൾ സ്ത്രീയുടെ നില എത്രമാത്രം വഷളാക്കിയെന്ന് ആർക്കും പറഞ്ഞുകൊടുക്കേണ്ട കാര്യമില്ല. ഒരു ഉപഭോഗവസ്തു മാത്രമാണ് സ്ത്രീയെന്ന് അടിവരയിട്ടത് പുതിയ കാലത്തിന്റെ സാമ്പത്തിക താല്പ

ര്യങ്ങൾ തന്നെയാണ്.

സ്ത്രീകളുടെ പ്രശ്നങ്ങളെക്കുറിച്ച് ചർച്ച ചെയ്യുമ്പോഴുള്ള ഉദാസീനത പുരുഷനും ജാഗ്രത സ്ത്രീയും മാറ്റണം. സ്ത്രീയുടെ മാത്രം പ്രശ്നമല്ലിത്... പുരുഷന്റെയും കുടുംബത്തിന്റെയും സമൂഹത്തിന്റെയും രാഷ്ട്രത്തിന്റെയും പ്രശ്നം തന്നെയാണ്. തീരെ ചെറിയ കുഞ്ഞുങ്ങൾ പോലും ആക്രമിക്കപ്പെടുമ്പോൾ എങ്ങനെയാണിത് സ്ത്രീപ്രശ്നം മാത്രമാവുന്നത്. അച്ഛനും ചേട്ടനും അമ്മാവനും ഇളയച്ഛനും പീഡകരാവുമ്പോൾ പെൺകുട്ടിക്ക് മാത്രമല്ല അപകടം.

ഇതിനിടയിലാണ് സ്ത്രീകൾ പുറത്തു പോകുന്നതും വിദ്യാഭ്യാസം നേടുന്നതും ഒക്കെ അപകടകാരണങ്ങളായി ചിലർ ഉയർത്തികൊണ്ടു വന്നിരിക്കുന്നത്. വീട്ടുകാര്യം നോക്കാത്ത സ്ത്രീകളെ ഉപേക്ഷിക്കാമെന്നു വരെയായിരിക്കുന്നു അഭിപ്രായങ്ങൾ. തങ്ങളുടെ കാര്യം നോക്കാൻ ആരും വരണ്ട എന്ന് സ്ത്രീകൾക്ക് പറയേണ്ടിവരുന്നത് ഈ സാഹചര്യങ്ങളിലാണ്.

തുരുമ്പു പിടിച്ചു ദ്രവിച്ച അധമ ബോധം ഉപേക്ഷിച്ച് സ്ത്രീയെ അംഗീകരിക്കാനും ഉൾക്കൊള്ളാനും ഇനിയെങ്കിലും പുരുഷന്മാർ തയ്യാറായില്ലെങ്കിൽ സ്ഥിതിഗതികൾ വഷളാവുമെന്ന് അറിയാൻ കഴിയണം. സ്ത്രീയുടെ ശരീരത്തിന്റെ ഉടമസ്ഥാവകാശം അവൾക്ക് മാത്രമാണെന്നും അതിക്രമിച്ച് കടന്നാൽ അപകടമാണെന്നും തിരിച്ചറിയാൻ പുരുഷന്മാർ പ്രാപ്തി നേടണം; അന്യന്റെ പറമ്പിലോ വീട്ടിലോ കാറിലോ അനുവാദമില്ലാതെ കയറിച്ചെന്നാൽ നിയമനടപടി ഉണ്ടാകുന്നതുപോലെ തന്നെയാണ് സ്ത്രീശരീരങ്ങളിലുള്ള അതിക്രമിച്ചു കയറലും എന്ന് ബോദ്ധ്യപ്പെട്ടിരുന്നുവെങ്കിൽ! ഒന്നും വേണ്ട - സ്ത്രീ ശരീരവും മജ്ജയും മാംസവും കൊണ്ടുണ്ടാക്കിയതാണെന്നും, ബലപ്രയോഗത്തിൽ നോവുന്നതാണെന്നും ഒരു മനുഷ്യജീവി മറ്റൊരു മനുഷ്യജീവിയുടെ മേൽ പുലർത്തേണ്ട കാരുണ്യത്തോടെ ഓർത്തുകൂടേ?

3

ചരിത്രം ഇവരുടേതുമാണ്

ആത്മകഥകളും ജീവചരിത്രങ്ങളും വിജയിച്ചവരുടേതാണ്, മിക്കവാറും. ചരിത്രത്തിൽ ഇടം പിടിക്കുന്നത് സമൂഹം നിർവ്വചിച്ചിരിക്കുന്ന നിലവാരങ്ങളിലും നിലപാടുകളിലും സങ്കല്പങ്ങളിലും ജീവിതത്തെ ചേർത്തുവയ്ക്കാൻ കഴിയുന്നവരാണ്. എഴുതപ്പെട്ട ചരിത്രം ഒരിക്കലും എല്ലാവരുടേതുമായിരുന്നില്ല; ആകാൻ പ്രയാസവുമാണ് - അതുകൊണ്ട് തന്നെ സ്ത്രീയെ അവളർഹിക്കുന്ന വിധത്തിൽ പരിഗണിക്കാനോ ഇടം നല്കാനോ പലപ്പോഴും ചരിത്രം തയ്യാറായിട്ടില്ല.

"നാം പഠിക്കുന്ന ചരിത്രത്തിൽ ഏറെയും രാജാക്കന്മാരുടേതും മഹാന്മാരുടേതുമായിരുന്നു (റാണിമാരും മഹതികളുമൊന്നും ചരിത്രത്തിൽ അധികമൊന്നും പ്രത്യക്ഷപ്പെടാറില്ല). യുദ്ധങ്ങൾ, പടയോട്ടങ്ങൾ, വിപ്ലവങ്ങൾ മുതലായ മഹാസംഭവങ്ങളെപ്പറ്റി, സമൂഹത്തിലെ ഏറ്റവും ഉയർന്ന തട്ടിലുള്ളവർക്ക് ആസ്വദിക്കാവുന്ന കല, സാഹിത്യം, സംസ്കാരം എന്നിവയെപ്പറ്റി. സാധാരണക്കാരുടെ സാധാരണ ജീവിതത്തിന് ചരിത്രമില്ലേയെന്ന് നാം ചോദിച്ചു പോവും. അതോ കൃഷിക്കും വീട്ടുജോലിക്കും കൈവേലകൾക്കും ഫാക്ടറിപ്പണികൾക്കും കുട്ടികളെ പ്രസവിക്കലിനും വളർത്തലിനുമൊന്നിനും ചരിത്രമേയില്ല എന്നാണോ?" (ജെ ദേവിക *'കുലസ്ത്രീയും' 'ചന്തപ്പെണ്ണും' ഉണ്ടായതെങ്ങനെ?*)

ചരിത്രപഥങ്ങളിലെ സ്ത്രീയുടെ അസാന്നിദ്ധ്യത്തെക്കുറിച്ചുള്ള ചർച്ചകൾ, സ്ത്രീക്ക് പ്രാതിനിധ്യമില്ലാത്ത പൊതുരംഗം, രാഷ്ട്രീയം എന്നിവയ്ക്ക് ചരിത്രരചനയിൽ നല്കിയിരുന്ന അമിത പ്രാധാന്യം കൊണ്ടാണ് സംഭവിക്കുന്നതെന്ന് വ്യക്തമാക്കിയിട്ടുണ്ട്. സ്ത്രീകളുടെ സാന്നിദ്ധ്യം ഉണ്ടായിരുന്ന കുടുംബ-സാമുദായിക സ്ഥാപനങ്ങളെ ചരിത്രത്തിന്റെ ഭാഗമായി കണക്കാക്കുന്നത് രീതിയുമായിരുന്നില്ല.1960 കൾക്കു ശേഷമാണ് സ്ത്രീയും ചരിത്രത്തിൽ ഉൾപ്പെടുന്നവൾ തന്നെയല്ലേ എന്ന ചിന്തകൾ

ഉയർന്നതും ആ വഴിക്കുള്ള പുനരന്വേഷണങ്ങൾ ആരംഭിച്ചതും.

സ്ത്രീകൾ അവരുടെ ജീവിതം പറയുമ്പോൾ എന്താണ് സംഭവിക്കുകയെന്ന് സ്ത്രീപക്ഷചിന്തകർ ആഴത്തിൽത്തന്നെ ചിന്തിച്ചു തുടങ്ങിയത് 1980 കൾക്കു ശേഷമാണ്. ഇക്കാലം അത്തരം കഥകൾ കേൾക്കാൻ മടിക്കുന്നില്ല. അടിച്ചമർത്തപ്പെട്ടവരുടെ ശബ്ദങ്ങൾ ഇന്ന് കീഴ്സ്ഥായിയിലല്ല. അതു തന്നെയാണ് *സ്ത്രീകൾ അവരുടെ ജീവിതം പറയുമ്പോൾ* എന്ന പുസ്തകത്തിന്റെ പ്രസക്തിയും.

13 സ്ത്രീകളുടെ ജീവിതകഥകളുടെ തുറന്നെഴുത്ത്. 86 പേജുകളുള്ള പുസ്തകം. കേരള മഹിള സമഖ്യ സൊസൈറ്റി പ്രസിദ്ധീകരിച്ചിരിക്കുന്ന *സ്ത്രീകൾ അവരുടെ ജീവിതം പറയുമ്പോൾ* എന്ന പുസ്തകത്തിന്റെ ഓരോ പേജും പറയുന്നത് ചൂഷണത്തിന്റെ, പീഡനത്തിന്റെ, അനീതിയുടെ കഥകളാണ്, പക്ഷേ, എല്ലാ കഥകളിലും എല്ലാത്തിനും അതീതമായി കഥകളുടെ അന്ത്യത്തിൽ അതിജീവനത്തിന്റെ മഹത്തായ സന്ദേശങ്ങൾ ഉണ്ട്. ഈ പുസ്തകത്തിൽ കഥ പറയുന്ന ഒരു സ്ത്രീയും തോറ്റ് പിന്മാറുന്നില്ല, അവർ കൊടിയ ജീവിതാനുഭവങ്ങളെ നേരിടാനും പൊരുതാനും വിജയിക്കാനുമാണ് ശ്രമിച്ചിട്ടുള്ളത്. അതുതന്നെയാണ് ഈ പുസ്തകം വായിക്കാൻ പ്രേരിപ്പിക്കുന്നത്.

വ്യവസ്ഥാപിത ചുറ്റുപാടുകളിൽനിന്ന് വഴിമാറി ജീവിക്കുന്നവരെ ക്രൂശിക്കാൻ തയ്യാറാവുന്ന സമൂഹം, സ്ത്രീയായതുകൊണ്ട് അവരേല്ക്കേണ്ടിവരുന്ന ദുരിതപർവ്വങ്ങളെ സ്ത്രീയുടെ സ്വാഭാവിക ജീവിത അവസ്ഥയായി കണക്കാക്കാറാണ് പതിവ്. ഈ സ്ത്രീകളും അതൊക്കെ അനുഭവിച്ചവർ തന്നെയാണ് – ഇവരിൽ ആദിവാസി സ്ത്രീകളുണ്ട്, പല വർഗ്ഗക്കാരുണ്ട്, വിവിധ മതസ്ഥരുണ്ട്, പക്ഷേ, വായിച്ചു വരുമ്പോൾ അവരുടെയെല്ലാം കഥ ഒന്നാണ്, സ്ത്രീയുടെ കഥ; അത് അവർ കടന്നുപോകുന്ന സാമൂഹിക അവസ്ഥയുടെ കൂടി കഥയാണ്. നമ്മുടെ ഇടയിൽ തന്നെയാണ് ഇവരും ജീവിച്ചത്, ജീവിക്കുന്നത്. ആഘോഷിക്കപ്പെടുന്ന സ്ത്രീജീവിത ചരിത്രങ്ങളേറെയും ഗ്ലാമറിന്റെ ലോകത്തുള്ളവരുടേതാണ്, സെലിബ്രിറ്റി ആത്മകഥകളുടെ കച്ചവടക്കണക്കുകളിൽ ഇവരുടെ ജീവിതങ്ങൾക്ക് കടന്നെത്താനാവുകയുമില്ല. എങ്കിലും നാം ഇതുകൂടി വായിക്കേണ്ടിയിരിക്കുന്നു, മറ്റൊന്നും കൊണ്ടല്ല, ഇത് ഭൂരിപക്ഷത്തിന്റെ കഥകളാണെന്നതിനാൽ.. ആ കഥകൾ മറക്കുന്നത് ചരിത്രത്തെ വിസ്മരിക്കുകയാവുമെന്നതിനാൽ..

ഈ കഥകൾ ഒരേ സമയം അമ്പരപ്പിക്കുന്നതും നോവിപ്പിക്കുന്നതും സ്ത്രീശക്തിയെക്കുറിച്ച് ഉറപ്പുനല്കുന്നവയുമാണ്..

വെള്ള (വയനാടൻ ആദിവാസി) നേരിട്ടത് ജന്മി കുടിയാൻ വ്യവസ്ഥയെയാണ്. കൂലി നിരസിച്ചതിനെയും ഭൂമി തട്ടിയെടുക്കലിനെതിരെയും വെള്ള നടത്തിയ പോരാട്ടത്തിനു തുല്യമായി മറ്റൊരു ആദിവാസി സ്ത്രീയുടെ സമരം ചരിത്രം രേഖപ്പെടുത്തിയിട്ടുണ്ടാവുമോ?

“കാളൻ എന്ന ആളെയാണ് ഞാൻ കല്യാണം കഴിച്ചത്. ഭർത്താവ്

ഇടയ്ക്ക് രാത്രികാലങ്ങളിൽ ക്ലാസിൽ പങ്കെടുക്കാൻ പോകുമായിരുന്നു. വൈകി വരുന്നതിന്റെ കാരണം ചോദിച്ചപ്പോൾ ഒന്നും പറയില്ലായിരുന്നു. ഞാൻ രണ്ടാമതും ഗർഭിണിയായിരുന്ന സമയത്ത് ഭർത്താവിനെ നക്സൽ ആണെന്നും പറഞ്ഞ് അറസ്റ്റ് ചെയ്തു. 7 വർഷമാണ് അദ്ദേഹം ജയിലിൽ കഴിഞ്ഞത്. ഈ സമയം ഞാൻ ഒരുപാട് സഹിച്ചു.

ഒരുദിവസം നക്സൽ വർഗ്ഗീസ് വീട്ടിൽ വന്നിട്ടുണ്ട്. നല്ല പെരുമാറ്റം ആയിരുന്നു. വർഗ്ഗീസ് മരിച്ചതിന് ശേഷമാണ് ഭർത്താവിനെ അറസ്റ്റ് ചെയ്തത്. ഇവർ എന്തിനാണ് പോകുന്നതെന്ന് എനിക്ക് അറിയില്ലായിരുന്നു. ആ സമയത്ത് വയനാട്ടിൽ പണിക്ക് കൃത്യമായ കൂലി സമ്പ്രദായം ഇല്ലായിരുന്നു. കൂലി കിട്ടുന്നതിന് വേണ്ടിയുള്ള സമരത്തിൽ ഞാൻ പങ്കെടുത്തിരുന്നു. മന അളവു മാറ്റി കൂലി ലിറ്ററാക്കി തരാൻ വേണ്ടിയാണ് അന്ന് സമരം ചെയ്തത്. വർഗ്ഗീസിന്റെ നേതൃത്വത്തിൽ ആയിരുന്നു സമരം. കർഷകത്തൊഴിലാളി നേതാവായിരുന്നു. അടിമപ്പണി ഒഴിവാക്കണം, അദ്ധ്വാനിക്കുന്നവർക്ക് ന്യായമായ കൂലി നല്കണം എന്നൊക്കെയായിരുന്നു സമരത്തിൽ അന്ന് സംസാരിച്ചിരുന്നത്. അത് ന്യായമായ ആവശ്യമാണെന്ന് എനിക്ക് തോന്നിയിട്ടുണ്ട്. ഈ സമരത്തിന്റെ ഭാഗമായി മനക്കണക്ക് മാറ്റി ലിറ്ററിൽ കൂലി നിശ്ചയിച്ചു. സ്ത്രീകൾക്ക് 2 ലിറ്റർ നെല്ലും 50 പൈസയും പുരുഷന്മാർക്ക് 3 ലിറ്റർ നെല്ലും 75 പൈസയും തരാൻ തീരുമാനമായി.

എബ്രാശൻ കൊല്ലപ്പെടുമ്പോൾ ഭർത്താവ് എന്റെ ഒപ്പം ഉണ്ടായിരുന്നു. എബ്രാശനെ കൊന്നു എന്ന് പറഞ്ഞാണ് ഭർത്താവിനെ അറസ്റ്റ് ചെയ്തത്."

ആദിവാസി സ്ത്രീകൾ തനിയെ പുറത്തിറങ്ങി നടക്കാൻ പാടില്ല എന്ന് വിശ്വസിച്ചിരുന്ന കാലത്ത് വെള്ള പുറത്തിറങ്ങി നടക്കുകയും ധൈര്യത്തോടെ കാര്യങ്ങൾ ചെയ്യുകയും ചെയ്തു.

"ഇപ്പോഴും നീതിക്ക് വേണ്ടി ഞാൻ പോരാടിക്കൊണ്ടിരിക്കുന്നു" എന്നാണ് വെള്ള പറയുന്നത്.

ഒഴുക്കിനെതിരെ തുഴഞ്ഞ് ലളിത തെളിയിച്ചത് ഈഴവ സ്ത്രീ മീൻ കച്ചവടം നടത്തിയാൽ ഭൂമി ഇടിഞ്ഞുവീഴില്ല എന്നായിരുന്നു. ഒരു ത്രില്ലറിന്റെ സംഭ്രമം ജനിപ്പിക്കുന്ന കഥയാണ് ലളിത പറയുന്നത്.

രാത്രിയിൽ ഉറക്കഗുളികകൾ നല്കി മയക്കിക്കിടത്തി മറ്റു സ്ത്രീകളുമായി ബന്ധപ്പെട്ടിരുന്ന ഭർത്താവിന്റെ ചെയ്തികളെ ധൈര്യത്തോടെ നേരിട്ട് ബന്ധമൊഴിഞ്ഞ ലളിതയുടെ വാക്കുകൾ ഏതു സ്ത്രീക്കും സ്വീകാര്യമായതാണ്.

ഏതു സാഹചര്യത്തിനും സ്ത്രീയെ കുറ്റപ്പെടുത്തുന്ന സമൂഹത്തെ "എന്നെ ചീത്ത പറയാൻ പഠിപ്പിച്ചത് ഈ നാട്ടുകാരാണ്" എന്ന് പറഞ്ഞാണ് ലളിത വിലയിരുത്തുന്നത്.

"ഏതു പെണ്ണിനും സ്വന്തമായി വരുമാനം വേണമെന്നാണ് ഞാൻ പറയുന്നത്. സ്ത്രീകൾ എപ്പോഴും തന്റേടത്തോടെ ജീവിക്കണം. ഇനി

യൊരു പുരുഷന്റെ കൂട്ടില്ലെങ്കിലും എനിക്ക് തന്റേടത്തോടെ ജീവിക്കാനാവും."

ജീവിതത്തെ അനീതിക്കെതിരെയുള്ള, അക്രമങ്ങൾക്കെതിരെയുള്ള നിരന്തര പോരാട്ടമായെടുത്ത വയനാട്ടിലെ ലക്ഷ്മിക്കുട്ടിയുടെ വാക്കുകൾ ആത്മാർത്ഥമായ സ്ത്രീശബ്ദമാണ്.

"എന്റെ കൺമുമ്പിൽ വരുന്ന ഒരു തിന്മയ്ക്കും നേരെ ഞാൻ മൗനം അവലംബിച്ചിട്ടില്ല, അവലംബിക്കുകയുമില്ല."

മലപ്പുറത്തെ ജസീറ പറയുന്ന കഥ സിനിമാക്കഥയെ വെല്ലുന്നതാണ്.

"എളാപ്പയും കുഞ്ഞാമയും പാട്ടുപാടിക്കൊണ്ടിരുന്നു. ആ തമാശ പാട്ട് കേട്ട് ഞാൻ ചിരിച്ചു. അത് ഭർത്താവിന് ഇഷ്ടപ്പെട്ടില്ല. എന്നെ ദൂരേക്ക് വിളിച്ചുകൊണ്ടുപോയി മുഖത്ത് നാലടി അടിച്ചു. എന്തിനാണ് അടിക്കുന്നതെന്നുപോലും എനിക്കറിയില്ലായിരുന്നു. എന്തിനാണ് അടിച്ചതെന്ന് ചോദിച്ചപ്പോൾ "പെണ്ണുങ്ങൾ ഇങ്ങനെ ഉറക്കെ ചിരിക്കാൻ പാടില്ല" ചിരിച്ചതിനാണ് അടിച്ചതെന്ന് പറഞ്ഞു.

ജസീറ പിന്നെയുമെഴുതുന്നു:

"ഭർത്താവ് ഗൾഫിൽ പോയി. ഇവിടെ ഞാൻ എങ്ങനെ ജീവിക്കണം എന്ന് ഗൾഫിൽനിന്ന് ഭർത്താവ് അറിയിച്ചുകൊണ്ടിരുന്നു. ബസിൽ കയറരുത്, ഉമ്മയ്ക്കൊപ്പമേ പുറത്തു പോകാവൂ, അയൽവീടുകളിൽ പോകരുത്, രാത്രി മുറ്റത്തിറങ്ങരുത്, മൂത്രമൊഴിക്കാൻ പാത്രം വച്ചാൽ മതി. ഓരോ ദിവസവും രാവിലെ മുതലുള്ള കാര്യങ്ങൾ കത്തെഴുതി അറിയിക്കണമായിരുന്നു. വിവരമില്ലാത്ത പ്രായമായതിനാൽ ഞാൻ ഇതെല്ലാം അനുസരിച്ചാണ് ജീവിച്ചത്. നിബന്ധനകൾ കൂടിക്കൂടി വന്നു. ഓരോ മിനിറ്റിലും ഫോൺ ചെയ്യാൻ തുടങ്ങി. അയൽവീട്ടിലെ ഫോൺ എടുക്കാൻ ഞാൻ ഓടിത്തളർന്നു."

ഫോണെടുക്കാൻ ഓടിത്തളർന്നെങ്കിലും ജീവിതത്തിന് മുന്നിൽ ജസീറ തളർന്നില്ല.

"ഇതിനിടെ ഞാൻ കുടുംബശ്രീയിൽ ചേർന്നു. പൊതുപ്രവർത്തനത്തിനിറങ്ങി. കഴിയുന്ന സഹായങ്ങൾ മറ്റുള്ളവർക്ക് ചെയ്തുകൊടുത്തു. കുടുംബശ്രീ എ ഡി എസ് ആയി. തൊഴിലുറപ്പിന്റെ മേറ്റ് ആയി. 2010-ലെ തിരഞ്ഞെടുപ്പ് വന്നപ്പോൾ കോൺഗ്രസുകാർ വന്ന് എന്റെ പ്രവർത്തനമികവ് കണ്ടതുകൊണ്ടാണ് വന്നതെന്നും ബ്ലോക്ക് മെമ്പർ സ്ഥാനത്തേക്ക് മത്സരിക്കണമെന്നും ആവശ്യപ്പെട്ടു. ബ്ലോക്കിൽ ഏറ്റവും കൂടുതൽ ഭൂരിപക്ഷത്തോടെ ജയിച്ച് ഞാൻ മെമ്പറായി.

ഭർത്താവ് ഇതിനിടെ വേറെ കല്യാണം കഴിച്ചു. "ഞാൻ ഇലക്ഷന് നിന്നവളാണ്, അതിനാലാണ് വേറെ കല്യാണം കഴിക്കുന്നത്" എന്ന് ഭർത്താവ് പറഞ്ഞു നടന്നു.

പെണ്ണ് പുറത്തിറങ്ങിയാൽ മോശമായി കാണുന്ന ആളുകളുണ്ട്. എന്റെ പ്രശ്നങ്ങൾ ഞാൻ ആരോടും കരയാറും പറയാറും ഇല്ല. പ്രശ്ന

ങ്ങളെ അതിജീവിച്ച് മുന്നോട്ടുപോകാൻ എനിക്ക് ധൈര്യമുണ്ട്. മെമ്പ റാണെന്ന് വച്ച് ഞാൻ ജോലി ചെയ്യാതെ ജീവിക്കുന്നവളല്ല. കാട് വെട്ടാൻ പോകാറുണ്ട്. പഞ്ചായത്ത് സർവ്വേകളിൽ പങ്കെടുക്കും. ഇതിനിടെ എസ് എസ് എൽ സി എഴുതി. പ്ലസ് ടു എഴുതണം എന്ന് ആഗ്രഹമുണ്ട്. എനിക്ക് തളരാതെ മുന്നേറാൻ കഴിയുന്നുണ്ട്."

ഇടുക്കിയിലെ രാജകുമാരിയുടെ കഥയുടെ തലക്കെട്ട് "ഇവിടെ എനി ക്കുമുണ്ട് ഒരിടം" എന്നാണ്. ഈ പുസ്തകത്തിന്റെ ആകെ സ്വഭാവത്തിന് ചേരുന്ന തലക്കെട്ടാണത്. തീരെ ചെറിയ പ്രായത്തിൽ ഗർഭിണിയായ രാജകുമാരി ഗർഭമലസിപ്പിക്കാൻ നടത്തിയ ശ്രമങ്ങൾ പലതായിരുന്നു.

"എനിക്ക് ചതിവ് പറ്റി. എന്റെ വയറ്റിൽ കൊച്ചുണ്ട് എന്നെനിക്ക് മനസ്സിലായി. ഇതറിഞ്ഞതിന് ശേഷം കുപ്പകുഞ്ഞി (ഗർഭമുണ്ടാക്കിയ ആൾ)നെ കാണാതായി. ഗർഭത്തിലെ കൊച്ചിനെ കളയാൻ ഞാൻ പലശ്രമങ്ങളും നടത്തി. കല്ല് എടുത്ത് വയറിനിട്ട് ഇടിച്ചു. പ്ലാവിന്റെ മുക ളിൽ കയറി ചക്കയിടുക, ആറ്റിൽനിന്ന് മണൽ വാരലു പോലെ ബുദ്ധി മുട്ടുള്ള ജോലികൾ ചെയ്തു. അറിഞ്ഞുകൊണ്ട് തെന്നി വയറിടിച്ച് വീണു. തുണി മുറുക്കി ഉടുത്തു. എന്നിട്ടും കൊച്ച് പോയില്ല."

പ്രസവത്തോടെ രാജകുമാരിയുടെ ജീവിതം ബുദ്ധിമുട്ട് നിറഞ്ഞ തായി. പക്ഷേ, തളരാതെ മുന്നോട്ട് പോയി. "മഹിളാ സമഖ്യയിൽ വന്നു. തങ്കമ്മ ടീച്ചറാണ് എന്റെ കുഞ്ഞിനെ ആദ്യമായി കുളിപ്പിച്ച് 'ഹണിമോൾ' എന്ന് പേര് വിളിച്ചത്. സ്റ്റേഹോമിൽനിന്ന് ഞാൻ 7-ാം ക്ലാസ് തുല്യതയ്ക്ക് പഠിച്ചു. ഇപ്പോൾ സമഖ്യയിൽ ജോലി ചെയ്യുന്നു. കുപ്പകുഞ്ഞിനെ ശിക്ഷി ച്ചു. എന്റെ മോൾ യു കെ ജിയിൽ പഠിക്കുന്നു. എനിക്ക് ഇനിയും പഠി ക്കണം. എന്റെ മോളെയും പഠിപ്പിക്കണം. ഞാൻ തളരില്ല. ധൈര്യപൂർവ്വം മുന്നോട്ടുപോകും."

ആദിവാസി മേഖലകളിലെ അസംഖ്യം അവിവാഹിത അമ്മമാരി ലൊരുവളായ രാജകുമാരിയുടെ കഥ നെഞ്ചുരുക്കത്തോടെയല്ലാതെ വായിക്കാനാവില്ല.

"എന്റെ ജീവിതം ഒരു പോരാട്ടമാണ്" എന്ന് പറയുന്ന ഇടുക്കിക്കാരി നിഷയ്ക്ക് പറയാനുള്ളത് അവിചാരിതമായി ഇഞ്ചക്ഷനിലൂടെ എച്ച് ഐ വി ബാധിച്ചതിനെത്തുടർന്ന് ജീവിതം വഴിമാറിയതിന്റെ കഥയാണ്.

ഇടുക്കിയിലെ തന്നെ കെളന്തായി തിരുമൽ കഥ പറയുന്നത് സ്വന്തം ഗോത്രഭാഷയിലാണ്. "ഞാനിപ്പോഴും ഓർക്കുന്നു. ഒരു കുംഭം 30-ന് രാത്രി മുഴുവൻ അവൻ അവളെ അടിച്ചു. പെറ്റിട്ട് 32 ദിവസം ആയിരു ന്നില്ല. മകനൻ (മോഹനൻ) തൂമ്പാകൈ (മൺവെട്ടി) കൊണ്ട് എന്റെ മകളെ അടിച്ചു. എന്റെ കുഞ്ഞ് (മകൾ) വീണു. ഉശിര് (ജീവൻ) പോയി. ഉശിര് (ജീവൻ) പോയ എന്റെ കുഞ്ഞിനെ അവൻ ചാരി ഇരുത്തി. അവൻ ഭിത്തിയിൽ ചാരി നിർത്തി കയറിട്ട് കെട്ടിത്തൂക്കി. എന്റെ പേരക്കുട്ടിയെ അവൻ വാപൊളിക്കാൻ സമ്മതിച്ചില്ല. മിണ്ടിപ്പോയാൽ അമ്മയെ കൊന്ന പോലെ നിന്നേം കൊല്ലും എന്ന് പറഞ്ഞു."

കുഞ്ഞിന് പാല് കൊടുക്കാൻവേണ്ടി നടത്തിയ ശ്രമങ്ങൾ കെള ന്തായി തിരുമൽ വിവരിക്കുന്നു:

“രാവിലെ അടുത്ത വീട്ടിലെ ആടിനെ കറന്നു. പച്ചേ (പക്ഷേ) പാൽ കിട്ടിയില്ല. കഞ്ഞിവെള്ളവും ചൂടുവെള്ളവും കൊടുത്ത് 3 ദിവസം നടന്നു. പിന്നെ കുഞ്ഞിന്റെ കരച്ചിൽ കൂടിക്കൂടി വന്നു. ഞാൻ ചേർത്തു കിടത്തി. അവള് എന്നെ തപ്പി, എന്റെ മുല കുടിക്കാൻ നോക്കി - ആദ്യം ഞാൻ (എനിക്ക്) മനസ്സിലാക്കിയില്ല. പിന്നെ എന്റെ മുല വെള്ളം (മുലപ്പാൽ) വന്നുതുടങ്ങി. അന്റെ (എന്റെ) കുട്ടി ആർത്തിയോടെ അത് വലിച്ചുകുടിച്ചു. ഈ സമയം എന്റെ ചങ്കുപൊളിയുന്ന വേദന ആയിരുന്നു ആദ്യം കുഞ്ഞി (കുഞ്ഞ് മുലകുടിക്കുമ്പോൾ) കുടിക്കുമ്പോൾ.”

മകളെ കൊന്നവനെ വെറുതെ വിടാൻ കെളന്തായി തിരുമൽ ഒരുക്കമായിരുന്നില്ല.

“ഞാൻ മുന്നോട്ട് പോകും. എന്റെ നാടിന് വേണ്ടി. എന്റെ വയശൊക്കെ (വയസ്സ്) ഇപ്പോൾ പോയി. കെട്ടിയവൻ (ഭർത്താക്കന്മാർ) ഒരു പെണ്ണിനെയും തല്ലാൻ ഞാൻ ഈ കുടിയിൽ സമ്മതിക്കില്ല. പറ്റില്ലേ (പറ്റിയില്ലെങ്കിൽ) ഒറ്റയ്ക്ക് താമസിച്ചോ, കൊല്ലണ്ട. കെൽത്തിന്നും (ഹെൽത്ത്) ടൈബലിന്നും (ട്രൈബൽ ഡിപ്പാർട്ടുമെന്റ്) ഒക്കെ ആള് വന്നു എന്നെ കാണാൻ. പത്രത്തീ ഫോട്ടോ (ഫോട്ടോ) വന്നു. മുത്തശ്ശി പാലുകൊടുക്കുന്ന കൊച്ചുമകൾ എന്ന്.”

“തായ്ക്കുലം സംഘം” എന്ന ആദിവാസി സ്ത്രീകൂട്ടായ്മയിൽ ചേർന്ന് മദ്യത്തിനെതിരെ പ്രതിഷേധിച്ച കഥയാണ് പാലക്കാട്ടെ ഭഗവതി പറയുന്നത്.

“ഞാൻ ‘തായ്ക്കുലം സംഘ’ ത്തിന്റെ തലൈവി ആയിരുന്നു. മദ്യത്തിനെതിരെ പ്രതികരിച്ചപ്പോൾ ആളുകൾ എന്നെ മർദ്ദിച്ചു. ചീത്ത പറയുകയും ചെയ്തു. ഞാനും എന്റെ കൂട്ടരും ചാരായം വാറ്റുന്നിടത്ത് പോയി എല്ലാം തകർത്ത് ഉടച്ചുവാരി. ചാരായം വാറ്റുകാര് കൊല്ലുമെന്ന് ഭീഷണിപ്പെടുത്തി. ഇതൊന്നും വകവച്ചില്ല. ചാരായം വാറ്റും കുടിയും എല്ലാം നിർത്താൻ സാധിച്ചു.”

. ആദിവാസികൾക്കിടയിലെ പ്രസവരീതിയെക്കുറിച്ച് ഭഗവതി എഴുതിയിരിക്കുന്നത്:

“പ്രസവം വീട്ടിലാണ്. ഇരുന്നാണ് പ്രസവിക്കാറ്. കയറിൽ ഇറുകെപ്പിടിച്ച് തൂങ്ങി കുത്തിയിരുന്ന് പ്രസവിക്കും. ആ സമയത്ത് പുറകിൽ ഒരു സ്ത്രീ നിന്ന് ഇടുപ്പിൽ കാല്വെച്ച് ചവിട്ടും. അങ്ങനെ 3 മക്കളെ ഞാൻ പ്രസവിച്ചു. 3 മക്കളെ കിടന്നുകൊണ്ടും പ്രസവിച്ചു.”

സ്വന്തം മകൻ മദ്യപാനിയായപ്പോഴും ഭഗവതി ക്ഷമിച്ചില്ല.

“എന്റെ മരുമകളെ മദ്യപിച്ച് വന്ന് മകൻ ഉപദ്രവിക്കുന്നത് എനിക്കിഷ്ടമല്ല. എന്റെ മകനായാലും തെറ്റ് കണ്ടാൽ ശിക്ഷിക്കണം എന്നതാണ്. ഞാൻ മകനെതിരെ കേസ് കൊടുത്തു. അവർ അടിക്കുന്നെങ്കിൽ അടിക്കട്ടെ. തെറ്റിന് ശിക്ഷ വേണം. നീ നിന്റെ പാട്ടിന് പോടാ എന്ന്

ഞാൻ പറഞ്ഞു. നിന്നെ ഞാൻ എന്റെ വീട്ടിൽ കയറ്റില്ല എന്നും പറഞ്ഞു. ഇപ്പോൾ മകൻ കുഴപ്പമില്ലാതെ പോകുന്നു."

നാടോടി കുടുംബത്തിൽ ജനിച്ച് നാടോടിയായി വളർന്ന കഥയാണ് മലപ്പുറത്തെ സൈറാബാനു പറയുന്നത്. കേരള മഹിളാ സമഖ്യ സൊസൈറ്റിയുടെ കീഴിലുള്ള മഹിളാ ശിക്ഷൻ കേന്ദ്രത്തിൽ കുക്കാണ് സൈറാബാനു. ജീവിതത്തിൽ പല വേഷങ്ങൾ അണിഞ്ഞതിനെക്കുറിച്ച് വിശദമായി തന്നെ സൈറ പറയുന്നുണ്ട്.

"ഭിക്ഷക്കാരിയായി, അനാഥയായി, വേലക്കാരിയായി, ഭാര്യയായി, ഭർത്താവ് ഉപേക്ഷിച്ചവളായി, ആർക്കും വേണ്ടാത്തവളായി, ഇപ്പോൾ സ്വന്തമായി ജോലി ചെയ്ത് സമ്പാദിച്ച് സ്വന്തം കാലിൽ നില്ക്കുന്ന വളായി സ്വന്തം വിദ്യാഭ്യാസത്തിനുള്ള അവസരം കണ്ടെത്തിയവളായി. ഇത്രയുമാണ് സൈറാബാനു എന്ന ഞാൻ" എന്ന് കഥ പറഞ്ഞു നിർത്തു മ്പോൾ ആ സ്ത്രീയുടെ നിശ്ചയദാർഢ്യത്തിന് മുന്നിൽ അറിയാതെ തല കുനിച്ച് പോവും.

വയനാട്ടിലെ ജോച്ചി 'റാവുളർ' വിഭാഗത്തിലാണ് ജനിച്ചത്.

"റാവുളർ എന്ന് പറഞ്ഞാൽ നിങ്ങൾക്ക് മനസ്സിലാവില്ല. 'അടിയ' എന്ന് പറഞ്ഞാലേ എല്ലാവർക്കും അറിയുകയുള്ളൂ. അടിമപ്പണി ചെയ് തിരുന്നതിനാൽ ആകാം അടിയ എന്ന പേര് ഞങ്ങൾക്ക് വന്നത്.

"മകളെ പ്രസവിച്ച സമയത്താണ് വയനാട്ടിൽ പട്ടിണി മരണം. ആ സമയത്ത് വർഗ്ഗീസിന്റെ ആൾക്കാരും ക്രിസ്ത്യാനികളും കോളനികൾ സന്ദർശിച്ചു. അവർ വന്ന് ഞങ്ങളുടെ പ്രശ്നങ്ങൾ കേൾക്കും. ബോധ വല്ക്കരണ ക്ലാസുകൾ നല്കും. വിദ്യാഭ്യാസത്തിന്റെ ആവശ്യകതയെ പ്പറ്റി സംസാരിക്കും. കുട്ടികളെ സ്കൂളിൽ വിടുന്ന കാര്യം പറയും. പണി ചെയ്താൽ കൂലി വാങ്ങുന്നതിന്റെ കാര്യം പറയും. അവരെ എല്ലാവരും ചേർന്ന് തകർത്തു. ഒരുപക്ഷേ, അവരുണ്ടായിരുന്നെങ്കിൽ വയനാട്ടിലെ ആദിവാസികളുടെ അവസ്ഥ ഇതാകുമായിരുന്നില്ല."

"റിസോർട്ടുകൾ എന്റെ നാട്ടിൽ ഉണ്ടാക്കുന്ന പ്രശ്നത്തിന്റെ ഗൗരവം എനിക്ക് മനസ്സിലായി. അനധികൃത റിസോർട്ട് നിർമ്മാണത്തിനെതിരെ ഞാൻ പ്രശ്നം ഉണ്ടാക്കാൻ തുടങ്ങി. അവിവാഹിതരായ അമ്മമാരുടെ കേസുകളിൽ ഇടപെടാൻ തുടങ്ങി. ഇവിടെ റിസോർട്ടുകൾ പൊങ്ങി വന്നാൽ സ്ത്രീകളുടെ ജീവിതം തകരും. അതിനാലാണ് ഞാൻ എതിര് നില്ക്കുന്നത്. ഈ ഒന്നാം വാർഡിൽ റിസോർട്ട് പണിയാൻ ഞാൻ സമ്മതിക്കില്ല."

"മദ്യപാനം ദിവസംപ്രതി കൂടുന്നു. ഇതിനെതിരെ ഇവിടെ പ്രവർത്തി ക്കാൻ ആരുമില്ല. സർക്കാർ എന്തുകൊണ്ട് മദ്യത്തിനെതിരെ പ്രവർത്തി ക്കുന്നില്ല. ഇവിടെ ഇന്നത്തെ കുട്ടികൾ 8, 9 വയസ്സാകുമ്പോൾ മദ്യപിച്ച് തുടങ്ങും. ഇങ്ങനെ പോയാൽ മുലപ്പാലിന് പകരം മദ്യം നല്കുന്ന കാലം വരും."

മലപ്പുറത്തെ ജസീറ വിവാഹത്തട്ടിപ്പിന് ഇരയായവളാണ്.

അതിനെക്കുറിച്ച് വിശദമായിത്തന്നെ ജസീറ എഴുതുന്നു:

"അവർ ഒരു ഗ്രൂപ്പ് ആളുകളാണ്. അവർ കോയമ്പത്തൂർ, ആനക്കട്ടി എന്നിവിടങ്ങളിൽനിന്ന് പ്രായംചെന്ന പുരുഷന്മാരെ കണ്ടെത്തും. വീണ്ടും വിവാഹം കഴിക്കാൻ താല്പര്യമുള്ളവരെയാണ് കണ്ടെത്തുക. ജാതി ഒന്നും പ്രശ്നമല്ല. ഇവിടെ നാട്ടിൽ വിവാഹം കഴിക്കാതെയിരിക്കുന്നവരെയും കണ്ടെത്തും. വരുന്ന പുരുഷൻ മുസ്ലീം ആണെന്ന് കള്ളരേഖകൾ ഉണ്ടാക്കി വിവാഹം നടത്തും. സ്ത്രീധനമായി കിട്ടുന്ന പണം എല്ലാവരും പങ്കിട്ടെടുക്കും. ഭർത്താവായി എത്തുന്നവൻ പെൺവീട്ടിൽ കുറെക്കാലം സുഖമായി താമസിക്കും. ഈ ഗ്രൂപ്പിൽപ്പെട്ടവർ തന്നെ കുടുംബക്കാരായും അഭിനയിക്കും. അളിയനും ചേട്ടനും അനിയനുമൊക്കെയായി ഇവർതന്നെ വേഷം കെട്ടും. ഈ ടീമിൽ സ്ത്രീകളും ഉണ്ടാവും. കുറച്ചുകാലം കഴിഞ്ഞാൽ ഈ ഭർത്താവ് ചമഞ്ഞവൻ നാടുവിടും. അഡ്രസ്സ് കള്ളമായതിനാൽ ആർക്കും കണ്ടെത്താനാവില്ല."

തട്ടിപ്പിനിരയായി എന്നറിഞ്ഞ് തകർന്നുപോകാൻ ജസീറ തയ്യാറായില്ല. ഞാൻ ഒരു തുണിക്കടയിൽ പോയിത്തുടങ്ങി. മഹിള സമഖ്യയിൽ ഒഴിവുണ്ട് എന്നറിഞ്ഞ് സേവിനി തസ്തികയിൽ അപേക്ഷിച്ചു. എന്റെ വീട്ടിൽ എല്ലാവരും സന്തോഷത്തോടെ കഴിയുന്നതിന് വഴിയൊരുക്കുവാൻ ഇപ്പോൾ എനിക്ക് കഴിയുന്നുണ്ട്. പ്രശ്നം അനുഭവിക്കുന്നവർക്ക് ഒരു വഴി പറഞ്ഞുകൊടുത്ത് രക്ഷപ്പെടുത്താൻ കഴിയുന്നത് വലിയ കാര്യമായി ഞാൻ കരുതുന്നു. എന്തെങ്കിലും ചെറിയ പ്രശ്നങ്ങൾ വരുമ്പോൾ തളർന്നുപോകുന്ന പുതിയ തലമുറയ്ക്ക് എന്റെ ജീവിതം ഒരു പാഠമാവട്ടെ എന്ന് ഞാനാശിക്കുന്നു."

ജസീറയെ പോലെ ജീവിതത്തെ ധീരമായി നേരിടുക തന്നെയാണ് കാസർകോട്ടെ കല്യാണിയും.

"കൂലിപ്പണിയെടുത്ത് ഇളയസഹോദരങ്ങളെ പഠിപ്പിക്കുന്നതിനിടയിൽ ഞാനും എന്റെ അച്ഛനമ്മമാരും എന്റെ പഠനകാര്യം മറന്നുപോയിരുന്നു. 17-ാം വയസ്സിൽ എന്നെ വിവാഹം കഴിപ്പിച്ചു. അയാൾ മദ്യപാനി ആയിരുന്നു. മൂത്തമകളെ പ്രസവിച്ച് 16 ദിവസമായപ്പോൾ അയാൾ എവിടേക്കെന്ന് പറയാതെ പോയി. എന്റെ ഭർത്താവ് വീണ്ടും വരികയും കുറച്ചുനാൾ കഴിഞ്ഞ് ഊരിൽനിന്നും വേറൊരു പെണ്ണിനെ കൊണ്ടുപോവുകയും ചെയ്തു. അന്നുമുതൽ എന്നെ എല്ലാവരും ഒറ്റപ്പെടുത്താൻ തുടങ്ങി. അങ്ങനെയാണ് ഞാൻ ഈ കാട്ടിലേക്ക് വന്നത്. ഇത് ഒരു വലിയ കാടാണ്. ഇവിടെ താമസം തുടങ്ങി രണ്ട് ദിവസം കഴിഞ്ഞപ്പോൾ ചില സാമൂഹ്യവിരുദ്ധർ എന്റെ കൂര വലിച്ചുപൊട്ടിച്ച് കളയുകയും ഇവിടുന്ന് ഇറങ്ങണമെന്ന് പറയുകയും ചെയ്തു. ഞാൻ വീണ്ടും ടാർപ്പാളിൻ വലിച്ചുകെട്ടി. അത് കുത്തിക്കീറി വലിച്ചുകളഞ്ഞു. ഞാൻ ആത്മധൈര്യം സംഭരിച്ച് വീണ്ടും കെട്ടി. എന്നെ കൊന്നാലും ഞാനിവിടുന്ന് ഇറങ്ങില്ലെന്ന് പറഞ്ഞു. കുറെക്കാലം ശല്യമായിരുന്നു. എന്നും എന്റെ കൂര നശിപ്പിക്കും. ഞാൻ തോറ്റ് കൊടുക്കാതെ പിടിച്ചുനിന്നു."

23

സാനിട്ടറി പാഡിന്റെ അന്തിമരഹസ്യം

കെ എ ബീന

തോറ്റ് കൊടുക്കാതെ നില്ക്കുന്ന സ്ത്രീകളുടെ കഥകൾ പറയുന്ന ഈ പുസ്തകം മലയാളത്തിലെ ബെസ്റ്റ് സെല്ലറോ പ്രസിദ്ധീകരിച്ച് ദിവസങ്ങൾക്കുള്ളിൽ നിരവധി എഡിഷനുകൾ വരുന്ന ത്രില്ലറോ ഒന്നുമായിട്ടില്ല ഇതേവരെ. പക്ഷേ, ഇതിലെ കഥാപാത്രങ്ങൾ പങ്കുവയ്ക്കുന്ന ജീവിതവാഞ്ഛ അപൂർവ്വമായ അനുഭവമാണ് നല്കുന്നത്.

ഈ പുസ്തകത്തിലെ ഓരോ സ്ത്രീയുടെ കഥയും ഓരോ ഇതിഹാസമായി മനസ്സിൽ നിറയുന്നത് അതിൽ നിറയുന്ന ജീവിതത്തിന്റെ സാന്നിദ്ധ്യം കൊണ്ടാണ്. ഇവരാരും തന്നെ പരാജിതരല്ല, കൊടും വേനലിലും തളരാതെ ജീവിതത്തിന്റെ , പച്ചപ്പ് വാടാതെ സൂക്ഷിക്കുന്ന കള്ളിമുൾച്ചെടികളാണ്. ചരിത്രം ഇവരുടേതുമാണ്.

4

ചില പുരുഷന്മാർ പറയുന്നത്

എന്തും പറയാം
എവിടെയും പറയാം
എങ്ങനെയും പറയാം
ആർക്കും പറയാം
ആരോടും പറയാം

ചില പുരുഷന്മാർ പറഞ്ഞുകൊണ്ടേയിരിക്കുകയാണ് സ്ത്രീയെക്കുറിച്ച്, കേട്ട്കേട്ട് ശരിയേത്, തെറ്റേത് എന്ന സന്ദേഹത്തിൽപ്പെട്ടു പോവുകയും ചെയ്തു പോയിരിക്കുന്നു ഒരുപാട് സ്ത്രീകൾ.

രാജ്യത്ത് നിയമങ്ങളുണ്ട്, നിയമവ്യവസ്ഥയുണ്ട്, കോടതിയുണ്ട്, സ്ത്രീകൾക്ക് അതിലൊക്കെ ഇടവുമുണ്ട്. എന്നിട്ടും കേൾക്കേണ്ടി വരുന്നു നിത്യം, നിരന്തരം.

ഒരുപാട് വീടുകളുടെ അകത്തളങ്ങളിൽ അഭിമാനം സ്ത്രീക്ക് കാക്കപ്പൊന്നാണ്. അവിടെ തകർത്താടുന്ന പിതൃഘടനയുടെ ഉച്ചഘോഷങ്ങളിൽ സ്ത്രീശബ്ദം പലപ്പോഴും മനുഷ്യകർണ്ണങ്ങൾക്ക് പ്രാപ്യമായ മെഗാഹെർട്സുകളിലേക്ക് എത്തുന്നില്ല.

ഇപ്പോൾ പൊതുസ്ഥലത്തും തകർത്താടുകയാണ് പുരുഷമേധാവിത്വത്തിന്റെ ധാർഷ്ട്യജല്പനങ്ങൾ. സ്വരം പോലും അധികാരത്തിന്റെ ഉന്മത്തഘോഷമായി മാറിപ്പോകുന്നത് ഒന്നോ രണ്ടോ പേർക്കല്ല. അധീശത്വം ഉറപ്പിക്കാൻ ഉച്ചൈഘോഷങ്ങളും, ഇടിച്ചു താഴ്ത്തലുകളും കൊണ്ട് സാദ്ധ്യമാവുമെന്ന് കരുതുന്ന വിഡ്ഢികൾ നിറഞ്ഞ കുടുംബഘടനയെ സഹിച്ചും ക്ഷമിച്ചും മുന്നോട്ട് കൊണ്ടുപോയത് ഒന്നോ രണ്ടോ സ്ത്രീകളല്ല. വീടുകൾ സ്ത്രീകളുടെ അന്തസ്സും അഭിമാനവും ഊറ്റിക്കുടിക്കുന്ന അപമാനകേന്ദ്രങ്ങളായത് എന്ന് മുതലെന്ന് ചരിത്ര ഗവേഷകന്മാർക്ക്

കണ്ടെത്താനാവുമോ എന്നറിയില്ല.

വീടുകളിൽനിന്ന് സ്ത്രീയെ ഭർത്സിക്കുന്ന സ്വഭാവം പുറം ലോകത്തേക്ക് നിർഗ്ഗളിച്ചതിൽ അത്ഭുതപ്പെട്ടിട്ട് കാര്യമില്ല. പഠിച്ചതല്ലേ പാടാൻ പറ്റൂ. സ്ത്രീ എന്തും പറയപ്പെടാനുള്ളവളാണെന്ന് വീടുകളിൽനിന്ന് പഠിച്ചു വളർന്നവർ പുറംലോകത്തെത്തി അതുതന്നെ ആവർത്തിക്കുന്നു.

ആവർത്തനം വിരസമാണ്,

പക്ഷേ, ഈ ആവർത്തനം വിരസം മാത്രമല്ല നിയമലംഘനം കൂടിയാണ്. സ്ത്രീയെക്കുറിച്ച് എന്തും പറയാം എന്ന അവസ്ഥ മൈക്കുകൾക്ക് മുന്നിൽ മാത്രമല്ല, സോഷ്യൽ മീഡിയകളിൽ വരെ പ്രബലമാണ്.

വീട്ടിൽ പറഞ്ഞു ശീലിച്ച ആഭാസ വർത്തമാനങ്ങൾ പുറത്തും ഒരു ഉളുപ്പുമില്ലാതെ എഴുന്നള്ളിക്കുകയാണ് പലരും. സ്ത്രീകളെ മര്യാദ പഠിപ്പിക്കാൻ നേതാക്കന്മാർ പൊതുവേദികളിൽ പുതിയ വസ്ത്രധാരണ കോഡുകളും പെരുമാറ്റച്ചട്ടങ്ങളും സൃഷ്ടിച്ച് കഷ്ടപ്പെടുമ്പോൾ സോഷ്യൽ മീഡിയകളിലെ സ്റ്റാറ്റസ് മെസ്സേജുകളിലൂടെ, കമന്റുകളിലൂടെ തങ്ങളുടെ ഉള്ളിലുള്ള മാലിന്യം മുഴുവൻ പുറത്തേക്കൊഴുക്കുന്ന പുരുഷന്മാർ കുറച്ചൊന്നുമല്ല, ഇവരിൽ സാംസ്കാരിക നായകർ എന്ന പേര് ചാർത്തിക്കിട്ടിയവർ വരെ ഉണ്ട് എന്നതാണ് അതിശയം.

സ്ത്രീയെക്കുറിച്ച് എന്തും പറയാം എന്നതിന്റെ അങ്ങേയറ്റമായിരിക്കുന്നു. ഇതിനിടയിൽ മനസ്സിൽ നന്മയും വെട്ടവും ബാക്കിയുള്ള ഏതെങ്കിലും പുരുഷൻ സ്ത്രീകളെ പിന്തുണച്ച് സഹായത്തിനെത്തിയാൽ അപ്പോൾ തുടങ്ങും "പെൺകോന്തൻ" എന്ന വിളി. സ്ത്രീകളോട് സഹാനുഭൂതിയുള്ള പുരുഷൻ ആണും പെണ്ണും കെട്ടവൻ എന്ന മട്ടിലാണ് ഒരുപാട് പേർ സംസാരിക്കാറുള്ളത്. സ്ത്രീയെക്കുറിച്ച് എന്തും പറയുവാൻ തയ്യാറാവുന്ന പുരുഷന്മാർക്കെതിരെ അതേ ഭാഷയിൽ പ്രതികരിക്കാൻ സ്ത്രീകൾ തയ്യാറാവുമ്പോൾ ഞെട്ടി വിറയ്ക്കുന്ന പുരുഷന്മാരെക്കണ്ട് ഉള്ളിൽ ചിരിച്ചു പോകാറുള്ളത് സഹതാപം കൊണ്ടു കൂടിയാണ്. "സ്ത്രീകൾ ഇത്തരം ഭാഷയൊക്കെ പറയാമോ" എന്ന് നല്ല പിള്ള അഭിപ്രായപ്രകടനം നടത്തുന്നവരും കുറവല്ല. മുള്ളിനെ മുള്ള് കൊണ്ടേ എടുത്തു കളയാനാവൂ എന്ന് സ്ത്രീകൾ പഠിച്ചത് സ്വാനുഭവത്തിൽനിന്ന് തന്നെയാണ്, ആ അനുഭവം നല്കിയത് പുരുഷന്മാർ തന്നെയാണല്ലോ.

"വ്യഭിചാരം" എന്ന വാക്ക് സ്ത്രീക്ക് തറവാട്ടുസ്വത്ത് ചാർത്തിക്കിട്ടിയത് പോലെയാണ് പലർക്കും. സ്ത്രീ മാത്രമായി എങ്ങനെ വ്യഭിചാരം ചെയ്യുമെന്നും അതിലുൾപ്പെടുന്ന പുരുഷൻ എങ്ങനെയാണ് സംബോധന ചെയ്യപ്പെടേണ്ടത് എന്നുമൊക്കെ ചോദിച്ച് പോയാൽ അപ്പോൾ ചാർത്തിക്കിട്ടും മറ്റൊരു പേര്, "ഫെമിനിസ്റ്റ്" - എന്തൊരപകടം, എന്തൊരന്യായം. "തീവ്രവാദി"യെന്ന് കേട്ടാൽ പേടിയാണെങ്കിൽ ഫെമിനിസ്റ്റ് എന്ന് പറയുന്നത് പുച്ഛത്തോടെയാണ്. മനുഷ്യരാശിയുടെ പാതി അനുഭവിക്കുന്ന അനീതിയെക്കുറിച്ച് മിണ്ടാൻ ശ്രമിക്കുന്നവരെ ഒതുക്കാൻ എത്ര വിദഗ്ദ്ധമായാണ് ആ വാക്കിന് മൂല്യച്യുതി ഉണ്ടാക്കിയത്!

സ്ത്രീകളെ ബഹുമാനിക്കുന്നത് പോയിട്ട് മനുഷ്യവംശത്തിൽപ്പെട്ടവരാണെന്ന് അംഗീകരിക്കാൻ പോലും കഴിയാത്ത പുരുഷസമൂഹത്തെ നേരിടാൻ സ്ത്രീകൾ തീവ്രവാദികളേക്കാൾ മൂത്ത തീവ്രവാദികൾ ആകേണ്ടി വരുമെന്ന നിലയിലേക്ക് കാര്യങ്ങൾ നീക്കുന്നത് സ്ത്രീകളല്ല, പുരുഷന്മാർ തന്നെയാണ്.

പുരുഷാധിപത്യം ഉള്ളിൽ ഒളിച്ച് വച്ച് നടന്നാലും ഇടയ്ക്കൊക്കെ പുറത്തു ചാടിപ്പോവുന്നത് പലർക്കും നിയന്ത്രിക്കാൻ കഴിയാതെ വരുന്നു. മാന്യതയ്ക്ക് വേണ്ടി പോലും സ്ത്രീവിരുദ്ധത പറയാതിരിക്കാൻ കഴിയാതെ വരുന്നത് ഉള്ളിലുള്ള അരക്ഷിതത്വം കൊണ്ടാണെന്നത് വ്യക്തമാണല്ലോ. സ്വകാര്യമായി പറഞ്ഞുകൊണ്ടിരിക്കുന്നതൊക്കെ പരസ്യമായും പറഞ്ഞു പോകുകയാണ് പലരും.

റോഡിൽ, ബസിൽ, തീവണ്ടിയിൽ എവിടെയും പുരുഷന്മാർ അസഭ്യം പറഞ്ഞുകൊണ്ടേയിരിക്കുന്നു. ഏത് ആഭാസവും സ്ത്രീകളുടെ മുഖത്ത് നോക്കി എവിടെ വച്ചും പറയാം എന്ന് ശീലിച്ചു പോയവർ, അത് കേൾക്കുന്ന സ്ത്രീയുടെ മാനസികാവസ്ഥയെക്കുറിച്ച് എന്താണ് ധരിക്കുന്നത്? ഒരു സ്ത്രീയും ഇതൊന്നും കേൾക്കാൻ ഇഷ്ടപ്പെടുന്നില്ല, ഒരു പെൺകുട്ടിയും ആഭാസന്മാരെ ഇഷ്ടപ്പെടുകയുമില്ല. അപമാനം പുരുഷനെന്ന പോലെ സ്ത്രീക്കും സഹിക്കാനാവാത്തതു തന്നെയാണ്, പുരുഷനെയും സ്ത്രീയെയും നിർമ്മിക്കപ്പെട്ടിരിക്കുന്നത് മനുഷ്യരായിത്തന്നെയാണ്. പുരുഷൻ അപമാനിക്കാനും സ്ത്രീ അപമാനിക്കപ്പെടാനും എന്നത് പ്രപഞ്ചനീതിയല്ല. എന്നിട്ടും പറഞ്ഞ് പറഞ്ഞ് രസിക്കുകയാണ് പുരുഷൻ; കേൾക്കുന്നവർ മനുഷ്യകുലത്തിൽപ്പെട്ടവരാണെന്നും ആത്മാഭിമാനത്തോടെ ജീവിക്കാൻ അർഹതയുള്ളവരാണെന്നും ഉള്ള ബോധം പോലുമില്ലാതെ.

ഇത്തരം പറച്ചിലുകൾക്ക് അവസാനം ഇല്ല എന്ന് വിശ്വസിക്കാൻ കഴിയില്ല. അന്യായങ്ങൾക്കറുതിയില്ലെന്ന് വിശ്വസിച്ചാൽ ജീവിതം എങ്ങനെ മുന്നോട്ടുപോവും. അതുകൊണ്ട് തന്നെ സ്ത്രീകൾക്കിനിയുമിത് താങ്ങാൻ കഴിയില്ല. സ്ത്രീയുടെ മൗനം കീഴടങ്ങലായിരുന്നു എന്ന് ധരിച്ചു പോയി പലരും. അത് സഹനത്തിന്റെയും ക്ഷമയുടെയും സ്നേഹത്തിന്റെയും ഔദാര്യമായിരുന്നു എന്ന് തിരിച്ചറിയാനാവാതെ പോയി പലർക്കും.

കാലം മാറുകയാണ്. പുതിയ പെൺകുട്ടികൾ ആഭാസം കേട്ട് കുനിഞ്ഞു നടക്കുമെന്ന് കരുതിയാൽ അപകടമാണ്. അവർ ചിലപ്പോൾ തീവ്രവാദികളേക്കാൾ തീവ്രവാദികളായിപ്പോയേക്കും. സൂക്ഷിക്കുക. അവരുടെ ഉള്ളിൽ തലമുറകൾ കേട്ട് കേട്ട് കൂട്ടി വച്ച അപമാനഭാരത്തിന്റെ അഗ്നിപർവ്വതങ്ങളുണ്ട്. എന്തും ഏതും എവിടെയും പറയുന്നവർ വാക്കുകൾ ശ്രദ്ധിച്ച് ഉപയോഗിക്കാൻ ശീലിക്കുക. അഗ്നിപർവ്വതങ്ങൾ എപ്പോഴാണ് പൊട്ടിത്തെറിക്കുക എന്ന് പറയാനാവില്ല. സ്ത്രീയുടെ ഉള്ളിലെ അഗ്നിപർവ്വതങ്ങൾക്കും പൊട്ടിത്തെറിക്കാൻ കഴിയും.

5

കോക്കനെട്ട് ക്ളൈംബർ

"ആദ്യമൊക്കെ തെങ്ങിന്റെ മുകളിലിരുന്ന് നോക്കുമ്പോൾ തല കറങ്ങുമായിരുന്നു. ആദ്യ ദിവസം ജോലി കഴിഞ്ഞുവന്ന് കിടക്കുമ്പോൾ തെങ്ങ് ആടുന്നതുപോലെ ആടുമായിരുന്നു ഞാൻ. തെങ്ങിന്റെ മുകളിൽ ചെല്ലുന്തോറും കനം കുറയും. എന്റെ ഭാരവും മെഷീന്റെ 12 കിലോ ഭാരവും കൂടിയാവുമ്പോൾ അങ്ങോട്ടും ഇങ്ങോട്ടും തെങ്ങ് നിന്നാടും. തുടക്കത്തിൽ വലിയ പ്രയാസം തോന്നി. പിന്നെ പിന്നെ അതുമാറി. ഇപ്പോൾ ഏതു മഴയത്തും ഏതു തെങ്ങിലും ഞാൻ കയറും. തെങ്ങും മെഷീനും ചതിക്കില്ല എന്നൊരു വിശ്വാസമുണ്ടെനിക്ക്. തെങ്ങുകളെ മക്കളെപ്പോലെ നോക്കണം. ചില വീടുകളിലൊക്കെ ചെല്ലുമ്പോൾ തെങ്ങ് വെട്ടണമെന്ന് പറയും. ഞാൻ അവരോട് തെങ്ങുകളെ സ്നേഹിക്കാൻ പറയും. 20 വർഷം വരെ വളർത്തിയ മക്കളെ വല്ലവർക്കും കൊടുക്കുന്നതുപോലെയല്ലേ തെങ്ങ് വെട്ടിക്കളയുന്നത്. മക്കളോട് സംസാരിക്കുന്നതു പോലെ തെങ്ങുകളോട് സംസാരിക്കണം, അടുത്തു ചെല്ലണം, അപ്പോൾ തെങ്ങുകളും തിരിച്ച് ആ സ്നേഹം കാണിക്കും."

"Coconut climber"

രജനിയുടെ വിസിറ്റിങ് കാർഡിലെ വാക്കുകളിൽ പൊരുതലിന്റെ, പടവെട്ടി മുകളിലേക്ക് കയറുന്നതിന്റെ പൊരുൾ ഒളിഞ്ഞുകിടക്കുന്നു. ട്രാക്ക്സ്യൂട്ടും ബനിയനും അതിനു മുകളിലൊരു ഷർട്ടുമിട്ട് ബാക്ക് പാക്കും തോളത്തൊരു യന്ത്രവുമായി നടന്നുവരുന്ന സ്ത്രീയെ കണ്ടാൽ ആത്മവിശ്വാസത്തിന്റെയും കരുത്തിന്റെയും അപാരസാന്നിദ്ധ്യമാണെന്ന് വ്യക്തം.

തെങ്ങു കയറാനാളില്ലാതെ വലയുകയാണ് കേരളം. ഉണങ്ങി

വീഴുന്ന തേങ്ങകൾ പെറുക്കിയെടുക്കൽ മാത്രം പോംവഴിയാകുന്ന കാലം. പരമ്പരാഗതമായി തെങ്ങുകയറ്റക്കാരായിരുന്ന കുടുംബങ്ങളിലെ പുരുഷന്മാർ പോലും മറ്റു തൊഴിലുകൾ തേടിപ്പോകുമ്പോൾ "ഇതാണെന്റെ ഇഷ്ടത്തൊഴിൽ" എന്ന് പറഞ്ഞ് രംഗത്തെത്തുന്ന കുറെ പെണ്ണുങ്ങൾ. രജനിയുടെ ഭാഷ്യത്തിൽ "പെണ്ണുങ്ങൾക്ക് ഏറ്റവും ചേർന്നൊരു തൊഴിൽ" - കൃത്യമായ ജോലി സമയമില്ല, ആരുടെയും കൈയും കാലും പിടിക്കണ്ട, നല്ല വരുമാനം എന്നിങ്ങനെ സ്വന്തം തൊഴിലിനെ മഹത്ത്വവല്ക്കരിക്കാൻ രജനിക്ക് ന്യായങ്ങൾ ഏറെയുണ്ട്. "എന്റെ സ്വന്തം കാര്യം പറയുകയാണെങ്കിൽ ഇതൊരു കഠിന ജോലിയേയല്ല. ഞാൻ ജീവിച്ച ജീവിതം വച്ചുനോക്കുമ്പോൾ എത്രയോ നിസ്സാരമാണ് തെങ്ങുകയറ്റം. ഇവിടത്തെ ഭൂരിപക്ഷം പെണ്ണുങ്ങളുടെ ജീവിതവും അങ്ങനെ തന്നെയല്ലേ. പിന്നെ അതിനെയൊക്കെ അതിജീവിക്കാനുള്ള ധൈര്യമുണ്ടാവുന്നതാണ് കാര്യം. എനിക്കത് തന്നത് എന്റെ ജീവിതം തന്നെയാണ്. എല്ലാവരുടെയും മുന്നിൽ ജീവിച്ച് കാണിക്കണം എന്ന ആഗ്രഹം കൊണ്ടുണ്ടായ ധൈര്യമാണിത്. അത്രയ്ക്കും സഹിച്ചതാ. എന്തുവന്നാലും പിടിച്ചുനില്ക്കാനുള്ള ഒരു ധൈര്യം - അതാണെന്നെ ജീവിപ്പിക്കുന്നത്. നില്ക്കുന്ന സ്ഥലത്ത് കാല്ക്കീഴിൽനിന്ന് മണ്ണ് ഒലിച്ചുപോയാൽപ്പോലും സന്തോഷത്തോടെ ജീവിക്കും. അതാണിന്നു ഞാൻ."

തെങ്ങ്കയറ്റം തുടങ്ങിയപ്പോൾ ഒരുപാട് പേർ ചോദിച്ചിട്ടുണ്ട്:

"രജനീ, നീയൊരു പെണ്ണല്ലേ. ഈ തെങ്ങായ തെങ്ങൊക്കെ നീയെങ്ങനെ കയറും? ആണുങ്ങൾ പോലും ചെയ്യാൻ മടിക്കുന്ന പണിയല്ലേ."

ഞാൻ ഉറപ്പോടെ പറഞ്ഞു:

"എന്റെ ജീവിതത്തേക്കാൾ പ്രയാസമുള്ളതൊന്നുമില്ല ഭൂമിയിൽ, തെങ്ങ് കയറ്റമൊക്കെ എത്രയോ എളുപ്പം. കല്യാണത്തിന് ശേഷമുള്ള എന്റെ ജീവിതം - അതിനേക്കാൾ പ്രയാസമേറിയ മറ്റെന്താണ്? കൊണ്ടേക്കണെ അടിക്ക് കണക്കില്ല. ഏഴ് ലിറ്ററിന്റെ പ്രഷർ കുക്കറിട്ട് അടിച്ച് മുഖം തിരിഞ്ഞ് പിന്നോട്ടായി പോയിട്ടുണ്ട്. രണ്ട് പ്രാവശ്യം മരിക്കാൻ നോക്കി. ഒരു പ്രാവശ്യം സാരിയിൽ കെട്ടിത്തൂങ്ങിയതാണ്. അപ്പോഴാണൊരു ചിന്ത വന്നത്. എന്തിന്? നമ്മളാലേ രണ്ട് കുഞ്ഞുങ്ങൾ ഭൂമിയിൽ ജന്മമെടുത്തു. അവരെ വളർത്തണം. എവിടുന്നോ ഒരു ഊർജ്ജം കടന്നു വന്നു.

അങ്ങനെയാണ് പണിക്കിറങ്ങിയത്. ഒരു ദിവസം 12 വീടുകളിൽ വരെ വീട്ടുജോലിക്ക് പോയിട്ടുണ്ട്. ഓട്ടോറിക്ഷ ഓടിക്കാൻ പഠിച്ചു. കമ്പ്യൂട്ടറിന്റെ എം എസ് ഓഫീസ് ഫസ്റ്റ് ക്ലാസിൽ പാസായി. മെഡിക്കൽ ട്രാൻസ്ക്രിപ്ഷൻ പഠിച്ചു. പിന്നെ കുടയുണ്ടാക്കാനും കമ്മലുകളും മാലകളും ഉണ്ടാക്കാനും പഠിച്ചു. ഫാബ്രിക് പെയിന്റിങ്, ഹാന്റിക്രാഫ്റ്റ്സ്, പാഴാവുന്ന പ്ലാസ്റ്റിക് വസ്തുക്കളിൽനിന്ന് അലങ്കാര വസ്തുക്കൾ ഉണ്ടാക്കാൻ ഒക്കെ പരിശീലിച്ചു.

ഇന്നുള്ള ആരോഗ്യം പത്തു വർഷം കഴിഞ്ഞാൽ കാണില്ലല്ലോ.

അപ്പോഴേക്കും ശല്യമാകാതെ വീട്ടിലിരുന്ന് ജോലികൾ ചെയ്യാമെന്നുവെച്ചാണ് ഇതൊക്കെ പഠിച്ചത്. നാളികേര വികസന ബോർഡിന്റെ പരസ്യം കണ്ടാണ് തെങ്ങുകയറ്റം പരിശീലിക്കാൻ പോയത്. ഒരാഴ്ചത്തെ ക്ലാസായിരുന്നു. തെങ്ങ് കണ്ടാൽ എന്താണ് അസുഖം, എന്തൊക്കെ മരുന്നിടാം, എന്തൊക്കെ ചെയ്യണം തുടങ്ങിയതൊക്കെ പഠിപ്പിച്ചു. ട്രെയിനിങ് കഴിഞ്ഞുവന്ന ദിവസം തന്നെ അടുത്തൊരു വീട്ടിൽ തെങ്ങ് കയറാൻ വിളിച്ചു. വലിയൊരു തെങ്ങ്. കടവന്ത്രയിൽനിന്ന് നോക്കിയാൽ ഹൈക്കോർട്ട് വരെ കാണാം. ധൈര്യമെടുത്ത് കയറി.

സ്നേഹം മാത്രം പോരാ തെങ്ങു കയറ്റത്തിനെന്ന് രജനി പറയുന്നു. ധൈര്യവും വേണം. പിന്നെ ചില്ലറ ബുദ്ധിമുട്ടുകൾ സഹിക്കുകയും വേണം.

പ്രധാനമായും മഴക്കാലത്താണ്:

"മഴയായാൽ സർവ്വജീവികളും തെങ്ങിന്റെ മുകളിൽ കാണും. പാമ്പ് ഒഴിച്ച്. വീട്ടിൽ ചെല്ലുമ്പോൾ ശരീരം നിറയെ കാണും അട്ടയും മറ്റും. ആദ്യമൊക്കെ പേടി തോന്നി. ഇപ്പോഴതൊന്നും പ്രശ്നമേയല്ല. സഹജീവികളെപ്പോലെയായി അവയെല്ലാം."

ഒന്നര വർഷമായി രജനി തെങ്ങുകയറ്റം തൊഴിലാക്കിയിട്ട്. ഒരു ദിവസം 60 തെങ്ങിൽ വരെ കയറാൻ കഴിയും.

"ഈ പണിക്ക് ഒരുപാട് സ്വാതന്ത്ര്യമുണ്ട്. കൃത്യമായ ജോലി സമയമില്ല. ആരുടെയും കൈയും കാലും പിടിക്കണ്ട. ആരുടെയും താളത്തിന് തുള്ളണ്ട. നല്ല വരുമാനവുമുണ്ട്. സ്ത്രീകൾക്ക് എന്തുകൊണ്ടും പറ്റിയ പണിയാണിത്. കൂടുതൽ കൂടുതൽ സ്ത്രീകൾ ഈ പണിക്ക് വന്നാൽ ഇന്ന് കേരളം നേരിടുന്ന തെങ്ങുകയറ്റക്കാരില്ലാത്ത കുറവ് ഇല്ലാതാവും. ആരോഗ്യത്തിനും വളരെ നല്ലതാണ് തെങ്ങുകയറ്റം. നല്ല വ്യായാമമല്ലേ, ഷുഗറും കൊളസ്ട്രോളും പ്രഷറും ഒന്നും വരില്ല."

രജനി തെങ്ങുകയറുന്നതിന് മറ്റൊരു ലക്ഷ്യം കൂടിയുണ്ട്. സാധാരണ തൊഴിലുകൾ ചെയ്താൽ പുസ്തകങ്ങൾ വാങ്ങാൻ കാശു തികയില്ല എന്നതാണത്. വായനയാണ് രജനിയെ മുന്നോട്ട് കൊണ്ടു പോകുന്ന പ്രധാന ഘടകം.

"എന്റെ വീട് നിറയെ പുസ്തകങ്ങളാണ്. പട്ടിണി കിടന്നാലും പുസ്തകം വാങ്ങും ഞാൻ. ദിവസം രണ്ടുമൂന്ന് മണിക്കൂറ് വായിച്ചില്ലേൽ എനിക്കൊരുഷാറില്ല. ബാലചന്ദ്രൻ ചുള്ളിക്കാടിന്റെ കവിതകളാണ് ഏറ്റവും ഇഷ്ടം. സുഗതകുമാരിയമ്മയുടെ കവിതകളും വായിക്കും. മാധവിക്കുട്ടിയമ്മയുടെ *നീർമാതളം പൂത്ത കാലം* പലതവണ വായിച്ചിട്ടുണ്ട്. സന്തോഷത്തോടെ ജീവിതത്തെ നേരിടാൻ സഹായിക്കുന്നത് പുസ്തകങ്ങളാണ്."

പുസ്തകങ്ങൾ സൂക്ഷിക്കാനും ജീവിക്കാനും സ്വന്തമായി ഒരു വീടില്ല എന്നതാണ് രജനിയുടെ ഒരേയൊരു സങ്കടം:

"22 വർഷമായി അപേക്ഷകൾ കൊടുക്കുന്നു. കയറിയിറങ്ങാത്ത

ഓഫീസില്ല. ഷെഡ്യൂൾഡ് കാസ്റ്റ് വിഭാഗക്കാരിയായതുകൊണ്ട് വീട് അനുവദിക്കേണ്ടതാണ് എന്ന് പലരും പറഞ്ഞു. എനിക്കൊന്നും കിട്ടിയില്ല.”

സ്ത്രീ തെങ്ങുകയറ്റക്കാരിയെ സമൂഹം അംഗീകരിക്കുന്നു എന്ന് രജനി പറഞ്ഞുനിർത്തുമ്പോൾ തൊട്ടടുത്ത വീട്ടിൽ നിന്നൊരാൾവന്ന് തേങ്ങയിടാൻ വിളിച്ചുകൊണ്ടുപോയി. രജനി വെട്ടിയിട്ട ഒരു കുല തേങ്ങയിൽ ഒരെണ്ണം മതിലിൽ തട്ടി താഴെ വീണപ്പോൾ അയാളുടെ മട്ട് മാറി:

“പെണ്ണല്ലേ, കണ്ടപ്പോഴേ തോന്നി പണിയറിയില്ലെന്ന്” എന്ന് പറഞ്ഞയാൾ ആക്രോശിക്കാൻ തുടങ്ങി. തെങ്ങിന്റെ മുകളിലിരുന്ന് രജനി മറുപടി പറഞ്ഞു:

“എന്നാൽ പിന്നെ കയറിവന്ന് തേങ്ങാ സ്വന്തമായി ഇടാൻ വയ്യായിരുന്നോ?”

വർത്തമാനം കശപിശയിലേക്ക് മൂത്തപ്പോൾ രജനി തേങ്ങയിട്ടതിന്റെ കൂലി ചോദിച്ചു. ചോദിച്ചതിന്റെ പകുതിയേ കൊടുക്കൂ എന്ന് വീട്ടുടമ.

രജനി അരയിലെ വെട്ടുകത്തി ഊരി മുന്നോട്ട് നടന്ന് നാല് തേങ്ങയെടുത്ത് ബാക്ക്പാക്കിൽ തള്ളി നടന്നു നീങ്ങി:

“ജോലി ചെയ്താൽ കൂലി വാങ്ങാനും രജനിക്കറിയാം.”

തെങ്ങുകയറ്റത്തേക്കാൾ എത്രയോ പ്രയാസമാണ് ജീവിതമെന്ന് താൻ പറഞ്ഞത് ശരിയല്ലേ എന്ന് ചോദിക്കാൻ രജനി മറന്നില്ല.

6

സ്ത്രീയേ, തിരഞ്ഞെടുപ്പും നീയും തമ്മിൽ എന്തു ബന്ധം?

വല്ലാത്ത സങ്കടം തോന്നി, നാണക്കേടും - സ്ത്രീകൾ തിരഞ്ഞെടുപ്പ് ഡ്യൂട്ടിക്ക് ചെല്ലേണ്ട എന്ന്!! ന്യായം സർവ്വസാധാരണമായത് തന്നെ - സുരക്ഷ, സൗകര്യക്കേട്, ഒഴിവാക്കൽ. നിയമനിർമ്മാണസഭകളിൽ സ്ത്രീപ്രാതിനിദ്ധ്യം ഉറപ്പാക്കാൻവേണ്ടി സംവരണ ബിൽ കൊണ്ടുവന്നതിന്റെ പിന്നാലെ അരങ്ങേറിയ നാടകങ്ങൾ കണ്ട് കണ്ണ് തളർന്നു കഴിഞ്ഞു. എത്ര മാത്രം ആത്മാർത്ഥതയാണ് അധികാര വഴിയിൽനിന്ന് സ്ത്രീയെ അകറ്റി നിർത്താൻ ഓരോരുത്തരും കാട്ടിയതെന്നും അറിഞ്ഞു കഴിഞ്ഞു.

ഓരോ രംഗത്തും സ്ത്രീകൾ കടന്നുവരുമ്പോൾ ആവേശത്തോടെ സ്വീകരിക്കുന്നതായിരുന്നു പണ്ടത്തെ രീതി. ആദ്യത്തെ സുപ്രീം കോടതി വനിതാ ചീഫ് ജസ്റ്റിസ്, ആദ്യത്തെ വനിതാ രാഷ്ട്രപതി, ആദ്യത്തെ ലോകസഭാ വനിതാ സ്പീക്കർ, ആദ്യത്തെ വനിതാ ബഹിരാകാശ യാത്രിക - എന്നുവേണ്ട ഓരോയിടത്തും സ്ത്രീ കടന്നുവരുമ്പോൾ ചരിത്രത്തിന്റെ നാൾ വഴികളിലേക്കാണവർ കടന്നുവന്നതെന്ന് ഘോഷിക്കാൻ ഒരു കാലവും മടിച്ചിട്ടില്ല. ഇരട്ടി ഉത്തരവാദിത്വങ്ങൾ പേറിക്കൊണ്ടാണെങ്കിലും ഓരോ സ്ത്രീയും അവരുടെ കർമ്മമേഖലകളിൽ നിറവുള്ള സാന്നിദ്ധ്യം തന്നെ തെളിയിച്ചിട്ടുണ്ട്. എല്ലാ മേഖലകളും ഇന്ന് സ്ത്രീക്ക് പ്രാപ്യമായിട്ടുമുണ്ട്.

പൊതു ഇടങ്ങളിൽ കർമ്മനിരതരായ സ്ത്രീകളുടെ എണ്ണം ഇന്ന് ഏറെ കൂടുതലാണ്. വീട് മാത്രമാണ് സ്ത്രീയുടെ ഇടം എന്നത് പഴങ്കഥയായിരിക്കുന്നു.

കേരളത്തിലാണെങ്കിൽ താഴെത്തട്ടിലുള്ള ജീവിതത്തിൽ സ്ത്രീ വഹിക്കുന്ന നിർണ്ണായകമായ പങ്കിനെക്കുറിച്ച് വേണ്ടവിധത്തിൽ ആരെങ്കിലും അറിയുന്നുണ്ടോ എന്ന് സംശയമാണ്. അങ്കണവാടികളിലും

കുടുംബശ്രീ യൂണിറ്റുകളിലും ചേരിപ്രദേശങ്ങളിലും വിദ്യാലയങ്ങളിലുമൊക്കെ സഞ്ചരിച്ച് സ്ത്രീകളോടും കുട്ടികളോടും സംസാരിക്കുന്ന ജോലി ചെയ്യുന്ന ആളെന്ന നിലയിൽ ഉറപ്പോടെ പറയാൻ പറ്റും - കേരളത്തിന്റെ വികസനത്തിൽ, സമൂഹത്തിന്റെയും കുടുംബത്തിന്റെയും നിലനില്പിൽ സ്ത്രീ വഹിക്കുന്ന പങ്ക് നിർണ്ണായകം തന്നെയാണ് എന്ന്. മദ്യപാനത്തിൽ കൂപ്പുകുത്തിപ്പോയിരിക്കുന്ന പുരുഷന്മാർ മറന്നുപോകുന്ന കുടുംബത്തെ തകർച്ചയിൽനിന്ന് രക്ഷിക്കുന്നത് അവിടെയുള്ള സ്ത്രീകൾ തന്നെയാണ്. അവർ എന്തെല്ലാമാണ് ചെയ്യുന്നത് എന്നാരെങ്കിലും കണക്കെടുക്കാറുണ്ടോ?

അങ്കണവാടികളിലൂടെ സ്ത്രീകൾ നാളെയുടെ തലമുറയെ മാനസികമായും ശാരീരികമായും വാർത്തെടുക്കുക മാത്രമല്ല, ആരോഗ്യപരിപാലനത്തിന്റെയും സാമൂഹ്യബോധത്തിന്റെയും പന്ഥാവുകൾ സൃഷ്ടിച്ചെടുക്കുക കൂടി ചെയ്യുന്നു. ഓരോ അങ്കണവാടിയും ചുറ്റുപാടുമുള്ള സ്ത്രീസമൂഹത്തിന്റെകൂടിയായി മാറുന്നത് കണ്ടിട്ടുള്ളത് ഒരിടത്തോ രണ്ടിടത്തോ അല്ല. ആശാവർക്കർമാർ വീട്ടിനുള്ളിലിരുന്ന് പണിയെടുക്കുകയല്ല ചെയ്യുന്നത്, കുടുംബശ്രീ പ്രവർത്തകരായ സ്ത്രീകളും തൊഴിലുറപ്പു പദ്ധതിയിൽ പ്രവർത്തിക്കുന്നവരും വീടിന്റെ സുരക്ഷിതത്വത്തിൽ പണിയെടുക്കുന്നവരല്ല, ഇവരൊക്കെത്തന്നെ കുടുംബത്തിന്റെ ഭാരത്തിനൊപ്പം സമൂഹ-രാഷ്ട്ര നിർമ്മാണ പ്രക്രിയകളുമായി സഹകരിക്കുന്നവരുമാണ്. ഇത്തരം സ്ത്രീകളുമായി സംവദിക്കുമ്പോൾ അബലത്വവും ശക്തിക്കുറവുമൊന്നും ഉള്ളതായി തോന്നിയിട്ടില്ല.

50% സംവരണം വന്നതിനുശേഷം നമ്മുടെ ത്രിതല പഞ്ചായത്തുകളിൽ നിലവിലുള്ള സ്ത്രീ സാന്നിദ്ധ്യവും ആശാവഹമായിട്ടേ തോന്നിയിട്ടുള്ളൂ. തുടക്കത്തിലുണ്ടായിരുന്ന പരിഭ്രമം മാറി വലിയൊരു ഭൂരിപക്ഷം സ്വയം നവീകരിക്കപ്പെട്ട് ശക്തിയാർജ്ജിക്കുവാൻ ശ്രമിച്ചുകൊണ്ടിരിക്കുന്നതായിട്ടാണ് എനിക്ക് തോന്നിയിട്ടുള്ളത്. പല പഞ്ചായത്ത് യോഗങ്ങളിലും ചുറ്റുപാടും നിലനില്ക്കുന്ന കടുത്ത പുരുഷ മേധാവിത്ത അന്തരീക്ഷത്തെ മറികടന്ന് അഭിപ്രായം പറയാനും തീരുമാനങ്ങളെടുക്കാനും നടപ്പാക്കാനും സ്ത്രീകൾ തയ്യാറാവുന്നത് കണ്ടിട്ടുണ്ട്. ഒരുപാട് പേർ ഇനിയും സ്വയം തിരിച്ചറിയേണ്ടിരിയിരിക്കുന്നു എന്നതാണ് സ്ഥിതിയെങ്കിലും സംവരണം സൃഷ്ടിച്ചെടുത്ത അധികാരവഴിയിലെ ഇരുള് മാറിത്തുടങ്ങിയിട്ടുണ്ട് എന്ന് ഉറപ്പാണ്.

ഐ ടി മേഖലയിലും മാധ്യമരംഗത്തും മറ്റുമൊക്കെയുള്ള നമ്മുടെ പെൺകുട്ടികൾ എവിടെയൊക്കെയാണ് യാത്ര ചെയ്യുന്നത്. സുരക്ഷിതത്വത്തിന്റെ പേരിൽ ഒരു പെൺകുട്ടിയും അമേരിക്കയിലേക്കോ ന്യൂസിലാന്റിലേക്കോ എന്തിന് കലാപമേഖല പ്രദേശങ്ങളിലേക്കോ ഒന്നുമുള്ള ഔദ്യോഗിക യാത്രകൾ മാറ്റിവയ്ക്കുന്നില്ല. സ്ത്രീയായിപ്പോയി എന്നുവെച്ച് ഏത് റിപ്പോർട്ടറാണ് തിരഞ്ഞെടുപ്പ് കവറേജിന് പോകാത്തത്? സെൻസസ് പോലെയുള്ള കണക്കെടുപ്പുകൾക്ക് വീടുതോറും

അദ്ധ്യാപികമാരും വന്നെത്തുന്നവരിൽ ഉദ്യോഗസ്ഥകളുമുണ്ട്. വിശദമായ കണക്കെടുപ്പിന്റെ കാര്യമില്ല, ഒഴിവാക്കപ്പെട്ടിട്ടും അടിച്ചമർത്തപ്പെട്ടിട്ടും സ്ത്രീകൾ മുന്നോട്ടുതന്നെ നടന്നുകൊണ്ടേയിരിക്കുന്നു എന്നതാണ് യാഥാർത്ഥ്യം.

തിരഞ്ഞെടുപ്പ് ഡ്യൂട്ടിയിൽ നിന്നൊഴിവാക്കാനുള്ള തീരുമാനം സ്ത്രീസമൂഹം എങ്ങനെ സ്വീകരിക്കും എന്നെനിക്ക് അറിയില്ല, വ്യക്തിപരമായി എനിക്ക് സ്വീകരിക്കാൻ ബുദ്ധിമുട്ട് തന്നെ എന്നത് പറയാതെ വയ്യ. സുരക്ഷിതത്വത്തിന്റെ പേരിലുള്ള ഇത്തരം ഒഴിവാക്കലുകൾ, സ്ത്രീയെ പിന്നോട്ട് വലിച്ചുകൊണ്ടേയിരിക്കും എന്ന് തിരിച്ചറിയുന്നത് കൊണ്ടു മാത്രമല്ല, സ്ത്രീയാണ് എന്നതുകൊണ്ട് പ്രത്യേക പരിഗണന വേണം എന്ന് പറയുന്നത് എക്കാലവും അപമാനകരമായി തോന്നിയിട്ടുള്ളത് കൊണ്ട് കൂടിയാണ്. ഏല്പിക്കുന്ന ഏതൊരു ജോലിയും ചെയ്യാൻ സ്ത്രീ എന്ന ലേബൽ വിഘാതമാകരുതെന്നത് ജീവിതത്തിലുടനീളം പിന്തുടർന്നതിനാൽ എനിക്കുറപ്പാണ്, മാറിനിന്നാൽ നഷ്ടപ്പെടുന്നത് നമുക്ക് സ്വന്തമാകാനുള്ള ഇടങ്ങൾ തന്നെയാണ്.

സാമൂഹിക രംഗത്ത് സ്ത്രീ പങ്കാളിത്തം വർദ്ധിപ്പിക്കാനുള്ള ശ്രമങ്ങളെക്കുറിച്ച് കൂടുതൽ ചിന്തിക്കേണ്ട കാലത്താണ് രാഷ്ട്രനിർമ്മാണ പ്രക്രിയയിൽനിന്ന് സ്ത്രീ മാറ്റിനിർത്തപ്പെടുന്നത്. പോളിങ് സമയം ഒരു മണിക്കൂർ വർദ്ധിപ്പിച്ചതിനാൽ എന്തു സുരക്ഷാപ്രശ്നമാണ് ഉണ്ടാകുക? സ്ത്രീയുടെ സുരക്ഷയെക്കുറിച്ചുള്ള അന്ധമായ കാഴ്ചപ്പാടുകൾ സ്ത്രീസമൂഹത്തിന് നിലവിലുള്ള സ്വാതന്ത്ര്യംകൂടി ഇല്ലാതാക്കിക്കൊണ്ടിരിക്കുകയാണ് എന്നതാണ് സത്യം. ആദ്യമായല്ല തിരഞ്ഞെടുപ്പ് വരുന്നത്, സ്ത്രീകൾ ഡ്യൂട്ടിക്ക് പോകുന്നതും ആദ്യമായല്ല. അഞ്ച് വർഷത്തിലൊരിക്കൽ ഒരു ദിവസം വീട്ടിൽനിന്ന് കുറച്ചകലെ പോകുന്നത് വഴി സ്ത്രീക്ക് കിട്ടുന്നത് വ്യത്യസ്തമായ ഒരനുഭവമാണ് എന്നാണ് എനിക്ക് തോന്നിയിട്ടുള്ളത്, അത്യന്തം ഉത്തരവാദിത്വമുള്ള ഒരു കർത്തവ്യം ചെയ്യാനുള്ള അവസരവും അതിനുള്ള സാഹചര്യസുരക്ഷിതത്വവും സുഗമമാക്കുകയാണ് വേണ്ടത്.

സ്ത്രീക്ക് വീടിന് പുറത്ത് യാത്ര ചെയ്യാൻ പ്രതിബന്ധമാകുന്ന കാരണങ്ങൾ ഒന്നും സ്ത്രീ ചെയ്യുന്ന കാര്യങ്ങൾ മൂലമല്ല. പുറത്തിറങ്ങിയാൽ അപകടമുണ്ടാക്കുന്ന പുരുഷസമൂഹത്തെ നിലയ്ക്ക് നിർത്തുന്നതിന് പകരം സ്ത്രീയെ സംരക്ഷിക്കാൻ നടപടികൾ സ്വീകരിച്ചാൽ മതി എന്ന് ഈ ഇരുപത്തിയൊന്നാം നൂറ്റാണ്ടിലും കരുതുന്നത്, എലിയെ പേടിച്ച് ഇല്ലം ചുടുന്നത് തന്നെയാണ്. തിരഞ്ഞെടുപ്പ് ജോലിയിൽ എന്നല്ല എവിടെയും ഇതുതന്നെയാണ് സംഭവിക്കുന്നത്. രാത്രിയിലെ യാത്ര സുരക്ഷിതമല്ല എന്ന് കരുതി ഓരോയിടത്തുനിന്നും മാറ്റിനിർത്തപ്പെടുകയെന്നത് എങ്ങനെയാണ് അംഗീകരിക്കാനാവുക? ആരാണ് രാത്രിയാത്ര സുരക്ഷിതമല്ലാതാക്കുന്നത്. അവരെ നിലയ്ക്ക് നിർത്തി ഭരണഘടനയിൽ എല്ലാ പൗരന്മാർക്കും വേണ്ടി പറഞ്ഞിരിക്കുന്ന സഞ്ചാരസ്വാതന്ത്ര്യവും

തുല്യാവകാശവും നല്കാൻ ശ്രമിക്കുകയല്ലേ വേണ്ടത്. സ്ത്രീയുടെ നില കൂടുതൽ പരുങ്ങലിലാക്കാൻ ഇതൊക്കെ കാരണമാകുമെന്ന് അറിയാൻ വലിയ ബുദ്ധിയൊന്നും വേണ്ട.

സ്ത്രീകളുടെ ഭാഗത്തുമുണ്ട് അറിവില്ലായ്മകൾ. തിരഞ്ഞെടുപ്പ് ഡ്യൂട്ടി എന്ന് കേൾക്കുമ്പോഴേ വെപ്രാളം തുടങ്ങും. അത്രയ്ക്കേറെ സംഘർഷങ്ങളൊന്നും നിറഞ്ഞതല്ല കേരളത്തിലെ തിരഞ്ഞെടുപ്പ് അന്തരീക്ഷം. ബഹുമുഖമായ ഭയവിഹ്വലതകളാണ് - ദൂരസ്ഥലത്ത് പോകേണ്ടിവരുന്നു, ഉണ്ണേണ്ടി വരുന്നു, ഉറങ്ങേണ്ടി വരുന്നു, അപരിചിതരായ പുരുഷന്മാരുമായി ജോലി ചെയ്യേണ്ടിവരുന്നു! മാനസികമായ ഇത്തരം അടിമത്തങ്ങളിൽനിന്ന് മോചിതരാകാൻ ഓരോ സ്ത്രീയും ശ്രമിക്കുക മാത്രമാണ് പോംവഴി. പൊതുജീവിതത്തിലേക്ക് കടന്നെത്താൻ തുറന്നു കിട്ടുന്ന ഓരോ വഴിയും പരമാവധി ഉപയോഗപ്പെടുത്തുകയാണ് വേണ്ടത്. മാറിനില്ക്കുമ്പോൾ നഷ്ടപ്പെടാനുള്ളത് മറ്റാർക്കുമല്ല.

1991 ലാണ്.. കേന്ദ്രഗവൺമെന്റിൽ ഇന്ത്യൻ ഇൻഫർമേഷൻ സർവ്വീസിൽ നിയമനം കിട്ടി ഡയറക്ടറേറ്റ് ഓഫ് അഡ്വർടൈസിങ് ആന്റ് വിഷൽ പബ്ലിസിറ്റിയിൽ ചേരാൻ ചെന്നതാണ് ഞാൻ. കേരളത്തിലെ ഗ്രാമങ്ങളിൽ പ്രദർശനങ്ങൾ സംഘടിപ്പിക്കുകയാണ് ജോലി സ്വഭാവം. ഡി എ വി പിയിലെ അന്നത്തെ ഓഫീസർ എന്നെ ജോയിൻ ചെയ്യാൻ സമ്മതിച്ചില്ല:

"ഇത് നാട്ടുമ്പുറങ്ങളിൽ യാത്ര ചെയ്യേണ്ട ജോലിയാണ്. ഒന്നും രണ്ടും ആഴ്ച ഓരോയിടത്തും താമസിക്കേണ്ടി വരും. ഗ്രാമങ്ങളിൽ താമസസൗകര്യം ഉണ്ടാവില്ല. നിങ്ങൾ കൂടെ ഉണ്ടാവുന്നത് ഞങ്ങൾക്കും ബുദ്ധിമുട്ടാവും. നാട്ടുകാർ ഓരോ കഥകൾ പറയും, പ്രശ്നങ്ങൾ ഉണ്ടാക്കും. ഇന്നുവരെ ഇന്ത്യയിൽ ഒരു സ്ത്രീയും ഈ ജോലി ചെയ്തിട്ടില്ല. നിങ്ങൾ ദയവുചെയ്ത് ജോയിൻ ചെയ്യരുത്."

അമ്പരപ്പാണ് ആദ്യം തോന്നിയത്. പിന്നെ അപമാനവും. പഠിച്ചത്, പ്രവേശനപ്പരീക്ഷ എഴുതിയത്, ഇന്റർവ്യൂവിൽ ജയിച്ചത് ഒക്കെ ആണുങ്ങൾക്കൊപ്പമായിരുന്നു. യാത്ര എന്റെ ബലഹീനതയായിരുന്നു, എന്നും. അതിനുള്ള അവസരം മുന്നിൽ വരുമ്പോൾ സ്ത്രീയായതുകൊണ്ട് പിന്മാറണം എന്ന്! ഒരുപാട് വാക്യുദ്ധത്തിനു ശേഷം ഓഫീസറുടെ അനുവാദമില്ലാതെ ജോയിനിങ് ലെറ്റർ സ്വമേധയാ എഴുതിവെച്ചാണ് ജോലിക്ക് ചേർന്നത്.

അഞ്ച് വർഷം കേരളത്തിലെ ഗ്രാമങ്ങൾ കണ്ടുനടന്ന് ജോലിചെയ്യാൻ കഴിഞ്ഞത് ജീവിതത്തിലെ അപൂർവ്വമായ അനുഭവമായിരുന്നു. താമസം, യാത്ര തുടങ്ങിയവയൊന്നും സുഗമമായിരുന്നില്ല. എന്നിരിക്കിലും ഓരോ തവണയും അതൊക്കെ അതിജീവിക്കാൻ കഴിഞ്ഞു. സ്ഥലങ്ങളും കാഴ്ചകളും മനുഷ്യരും നിറഞ്ഞ ആ കാലഘട്ടം ഗുണകരമായിത്തന്നെ എന്നെ മുന്നോട്ട് നയിച്ചു. ഇന്ന് കേരളത്തിൽ എന്നല്ല ഇന്ത്യയിൽത്തന്നെ എത്രയോ സ്ത്രീകൾ ഡി എ വി പിയിൽ എക്സി

ബിഷൻ ഓഫീസർമാരായി പ്രവർത്തിക്കുന്നുണ്ട്. സ്ത്രീയെക്കുറിച്ചുള്ള കപടമായ സങ്കല്പങ്ങൾ വേരുപിടിച്ചുപോയ, മാനസിക അടിമത്തം രൂഢമൂലമായ ഒരു സമൂഹം സ്ത്രീയെ കൂടുതൽ കൂടുതൽ സംരക്ഷിക്കാൻ ശ്രമിക്കും. അതിന് നിന്ന് കൊടുക്കാൻ തയ്യാറായാൽ നഷ്ടപ്പെടുന്നത് നവീകരിക്കാനുള്ള അവസരങ്ങളായിരിക്കും. അതിവേഗം പായുന്ന കാലത്തിനൊപ്പം പോകാൻ കഴിയാത്ത ആരും പിന്തള്ളപ്പെട്ടുപോകും, സ്ത്രീയുമതെ!

7

സാനിട്ടറി പാഡിന്റെ അന്തിമ രഹസ്യം

എൻ എസ് മാധവൻ, ബിയാട്രീസ്, ശിവൻ, ഉസ്ഗവോൻകർ, സർബജിത്ത്, ജസ്ബീർകൗർ, സുനിത അച്ച് റേജ...ഉത്തർപ്രദേശിലെ സാമാന്യം വലുതെന്നു വിളിക്കാവുന്ന ആ പട്ടണത്തിൽ വച്ച് അവരെല്ലാം ഓർമ്മയിൽ ഇരച്ചു കയറി.

ഉസ്ഗവോൻകർ സാനിട്ടറി പാഡുകളുടെ അന്തിമരഹസ്യം ശിവനു പറഞ്ഞു കൊടുക്കുകയായിരുന്നു..

"ഇന്ത്യയിൽ ഇന്ന് എൺപതുകോടി ജനങ്ങളാണ് ഉള്ളത്. ഇവരിൽ അൻപതുകോടി ഗ്രാമങ്ങളിൽ ജീവിക്കുന്നു. ആദിവാസികൾ, അമ്പും വില്ലും ധരിച്ചു നടക്കുന്നവർ, വയലിൽ ഉഴുന്നവർ, എലിയെ ചുട്ടു തിന്നുന്നവർ, പാമ്പു പിടുത്തക്കാർ... ഈ അൻപതു കോടിയിൽ പാതി സ്ത്രീകളാണ്. അതായത് ഇരുപത്തഞ്ച് കോടി ഗ്രാമീണ ഭാരതീയ നാരികൾ..

ഉസ്ഗവോൻകർ ശ്വാസം ദീർഘമായി ഉള്ളിലേക്കു വലിച്ചു കൊണ്ടു തുടർന്നു..

ആ ഇരുപത്തിയഞ്ചു കോടി സ്ത്രീകളിൽ ഇരുപതു കോടി പന്ത്രണ്ടിനും അൻപതിനും ഇടയ്ക്കു പ്രായമുള്ളവരാണ്..കൂട്ടുകാരേ, മാസം ഉദ്ദേശം പത്തു പാഡുകൾ വച്ച് ഉദ്ദേശം അവർക്ക് കൊല്ലത്തിൽ ശരാശരി നൂറു പാഡുകൾ വേണം. ഇതാണ് സാനിട്ടറി പാഡുകളുടെ അന്തിമരഹസ്യം."

(ബിയാട്രീസ്, എൻ എസ് മാധവൻ)

കേരളത്തിൽ ഏതു കുഗ്രാമത്തിലെ മെഡിക്കൽ സ്റ്റോറിലും പ്രൊവിഷൻ സ്റ്റോറിലും നിശ്ചയമായും ലഭിക്കുന്ന ഒന്നാണ് സാനിട്ടറി പാഡുകൾ. ആ ശീലം വച്ചാണ് ഉത്തർപ്രദേശിലെ ഫൈസാബാദിൽനിന്ന് അസംഗഡിലേക്ക് പോകുംവഴിയുള്ള ആ ചെറുപട്ടണത്തിലെ മെഡിക്കൽ

സ്റ്റോറിൽ കയറിച്ചെന്നത്. ഇതേവരെ തങ്ങളുടെ കടയിൽ അങ്ങനെയൊരു സാധനം വിറ്റിട്ടില്ല എന്ന് കടക്കാരൻ മുഹമ്മദ് ഷാ തറപ്പിച്ചു പറഞ്ഞു. എന്റെ അബദ്ധ ഹിന്ദി മനസ്സിലാവാഞ്ഞതിനാലാവും പറഞ്ഞതെന്നോർത്ത് ഞാൻ വീണ്ടും ചോദിച്ചു.

അയാളെന്നോട് കടയിൽ കയറി നോക്കി വേണ്ട സാധനം ഉണ്ടെങ്കിൽ എടുത്തോളാൻ പറഞ്ഞു. "ങേഹേ" - അവിടെങ്ങും അതില്ലായിരുന്നു. അവിടത്തെ പല കടകളിലും ഞാൻ കയറിയിറങ്ങി. മെഡിക്കൽ ഷോപ്പുകൾ, ഫാൻസി കടകൾ, പ്രൊവിഷൻ കടകൾ - എങ്ങും ഉണ്ടായിരുന്നില്ല സാനിട്ടറി പാഡുകൾ.

എൻ എസ് മാധവൻ വർഷങ്ങൾക്കു മുമ്പ് *ബിയാട്രീസ്* എന്ന കഥയിലൂടെ പറഞ്ഞ അന്തിമ രഹസ്യം ഇന്നും വലിയ മാറ്റമൊന്നുമില്ലാതെ തുടരുന്നുവെന്ന് വളരെ പെട്ടന്ന് മനസ്സിലായി.

എന്റെ പ്രയാസം മനസ്സിലാക്കിയ ഡ്രൈവർ ഒരു സ്ത്രീ നടത്തുന്ന മെഡിക്കൽ ഷോപ്പ് കണ്ടുപിടിച്ചു തന്നു. ഭാഗ്യം.. അവിടെ ഒരു പാക്കറ്റ് സാനിട്ടറി നാപ്കിൻ ഉണ്ടായിരുന്നു. മെഡിക്കൽ സ്റ്റോറിലെ പെൺകുട്ടി (സുനിത)യോട് ഞാൻ എന്തേ ഈ കടകളിലൊന്നും ഈ അവശ്യവസ്തു ഇല്ലാത്തതെന്ന് തിരക്കി. അവൾ ചിരിച്ചുകൊണ്ട് പറഞ്ഞു:

"ഇത് എങ്ങനെ അവശ്യവസ്തുവാകും... ഇവിടെ സാനിട്ടറി പാഡ് വാങ്ങാൻ വരുന്നവർ തീരെ കുറവാണ്."

ഇവരൊക്കെ പിന്നെന്തു ചെയ്യും? എന്ന് ചോദിക്കാനാഞ്ഞ എനിക്ക് ഉസ്ഗവോൻകർ ഉത്തരം തന്നു:

"നിങ്ങൾക്ക് മനസ്സിലായിട്ടില്ല സാനിട്ടറി പാഡിന്റെ പരമസത്യം .അത് ഞാൻ പറയുവാൻ പോകുന്നു..ചെവിയോർക്കൂ..നമ്മുടെ ഇരുപതു കോടി നാടൻ പെങ്ങന്മാർക്ക് നൂറു പാഡുകൾ വച്ച് ഒരു കൊല്ലം രണ്ടായിരം കോടി പാഡുകളുടെ വിപണി ഇന്ന് ശൂന്യമാണ്. ശൂന്യം."

കഥയെഴുതിയ കാലത്തു നിന്ന് ഇന്ത്യൻ ജനസംഖ്യ 120 കോടിയായി ഉയർന്നു. സ്ത്രീജനസംഖ്യ 60 കോടിയോളമായി.. പണ്ടത്തെ രണ്ടായിരം കോടിയുടെ സ്ഥാനത്ത് ആവശ്യമുള്ള പാഡുകളുടെ എണ്ണവും കൂടി.

എന്നിട്ട് ആ ശൂന്യ വിപണിക്ക് എന്തു സംഭവിച്ചു. അത് പഠിക്കാൻ ശ്രമിച്ചപ്പോൾ തിരിച്ചറിഞ്ഞത് വലിയൊരു യാഥാർത്ഥ്യമായിരുന്നു.. മഹത്തായ ഇന്ത്യൻ യാഥാർത്ഥ്യം.

എൻ ജി ഒ പ്ലാൻ ഇന്ത്യ (NGO Plan India)യുടെ ആഭിമുഖ്യത്തിൽ എ സി നീൽസൺ (A C Nielson) ഗ്ലോബൽ ഇൻഫർമേഷൻ ആന്റ് മെഷർമെന്റ് കമ്പനി 2011 ഒക്ടോബറിൽ ദേശീയാടിസ്ഥാനത്തിൽ നടത്തിയ പഠനവിവരങ്ങൾ ആ യാഥാർത്ഥ്യത്തിന്റെ നേർമുഖം പറഞ്ഞുതന്നു.

ഇന്ത്യയിലെ 88% സ്ത്രീകൾക്കും സാനിട്ടറി നാപ്കിൻ ഇന്നും അപ്രാപ്യമാണ്. 81% സ്ത്രീകൾക്ക് നിലവാരമില്ലാത്ത തുണികൾ

ആർത്തവസമയത്ത് ഉപയോഗിക്കേണ്ടി വരുന്നു. 68% സ്ത്രീകൾക്ക് സാനിട്ടറി പാഡുകൾ വാങ്ങാനുള്ള സാമ്പത്തിക ശേഷിയില്ല. ഇവരിലൊരുപാട് പേർ ചാക്കുൾപ്പെടെയുള്ള തുണിത്തരങ്ങൾ ഉപയോഗിച്ചാണ് ആർത്തവകാലം കടത്തിവിടുന്നത്. മണ്ണ്, ഇലകൾ, വൈക്കോൽ എന്തിന് ചാരം വരെ ആർത്തവകാലത്ത് ഉപയോഗിക്കേണ്ടിവരുന്ന സ്ത്രീകൾ ഇന്ത്യയിലുണ്ടെന്ന് ഈ സർവ്വെ വ്യക്തമാക്കിയിട്ടുണ്ട്. റീപ്രൊഡക്ടീവ് ട്രാക്ട് ഇൻഫെക്ഷൻ കേസുകളിൽ 70% ത്തോളം ആർത്തവകാലത്തെ ശുചിത്വക്കുറവു കൊണ്ടുണ്ടാവുന്നു എന്നത് ഗൈനക്കോളജിസ്റ്റുകൾ പറഞ്ഞതായും സർവ്വെ രേഖപ്പെടുത്തിയിട്ടുണ്ട്. 64% ത്തോളം സെർവിക്കൽ ക്യാൻസർ കേസുകളും ഇക്കാലത്തെ ശുചിത്വമില്ലായ്മയുടെ ഫലമാണെന്ന് ഡോക്ടർമാർ അഭിപ്രായപ്പെടുന്നു. ആർത്തവകാലത്ത് പഴയ തുണികൾ ഉപയോഗിക്കുന്ന സ്ത്രീകളിൽ 45% പേരും കഴുകി ഉണക്കി വീണ്ടും വീണ്ടും ഉപയോഗിക്കുകയാണ് ചെയ്യുന്നത്. ഇവരിൽ 70% പേർ യാഥാസ്ഥിതികത്വംമൂലം വീട്ടിനുള്ളിലും മറ്റും തുണികൾ ഉണക്കുകയാണ് പതിവ്. സൂര്യപ്രകാശത്തിൽ തുണികൾ ഉണക്കാത്തതും രോഗങ്ങൾക്ക് കാരണമാകുന്നുവെന്ന് റിപ്പോർട്ടിൽ പറയുന്നു. ഗ്രാമീണ ഇന്ത്യയിലെ പെൺകുട്ടികൾക്ക് വർഷംതോറും 50 ദിവസത്തോളം സ്കൂൾദിനങ്ങൾ ആർത്തവകാല ഉപാധികളില്ലാത്തതുമൂലം നഷ്ടമാവുന്നു എന്നും സർവ്വെ റിപ്പോർട്ടിലുണ്ട്. 12 മുതൽ 18 വരെ വയസ്സുപ്രായമുള്ള 23% പെൺകുട്ടികൾ പഠനം നിർത്താൻ ഇത് കാരണമാകുന്നുണ്ട്. 75% ത്തോളം ഗ്രാമീണ സ്ത്രീകൾക്കും ശുചിത്വമുള്ള ആർത്തവകാല പരിരക്ഷയെക്കുറിച്ച് അറിവ് പോലുമില്ല എന്ന് പഠനം വ്യക്തമാക്കുന്നു.

"മരക്കോണി കയറുവാൻ ഓരോ പടി ചവിട്ടുമ്പോഴും ശിവന് താൻ ഒന്നു രണ്ടു ദശകം പുറകോട്ട് പോകുകയാണെന്ന് തോന്നി. അവസാനം തട്ടിൻപുറത്തെ മുറിയിൽ എത്തിയപ്പോൾ പ്രാകൃതമായ ഒരു നൂറ്റാണ്ടിൽ പ്രവേശിച്ചതായി അയാൾക്ക് അനുഭവപ്പെട്ടു. (ബിയാട്രീസ്)"

അതു തന്നെയാണ് ശരി... ഇന്നും പ്രാകൃതമായ നൂറ്റാണ്ടിലാണ് ആർത്തവകാലത്ത് ഇന്ത്യൻ ഗ്രാമീണസ്ത്രീ.

ഇന്ത്യൻ സമൂഹത്തിൽ ഇന്നും നിലവിലുള്ള കടുത്ത യാഥാസ്ഥിതികത്വം ആർത്തവത്തെക്കുറിച്ച് സംസാരിക്കുന്നതിനുപോലും അവസരം നിഷേധിക്കുന്നു. ശ്രദ്ധാപൂർവ്വം ചർച്ച ചെയ്ത് പരിഹാരങ്ങൾ നടപ്പാക്കേണ്ട ഒരു പ്രശ്നമായി ആർത്തവകാല പരിരക്ഷയെ കണക്കാക്കുന്നവർ വിരളം.

ഇതിനിടയിലും ഈ പ്രശ്നം ഗൗരവമായെടുക്കാനും പ്രതിവിധികൾ നടപ്പാക്കാനുമുള്ള ഒറ്റപ്പെട്ട ചില ശ്രമങ്ങൾ നടക്കുന്നു എന്നത് ആശാവഹമാണ്.

സ്കൂളുകളിൽ വെൻഡിങ് മെഷീനുകൾ വഴി പെൺകുട്ടികൾക്ക് തീരെ കുറഞ്ഞ ചെലവിൽ സാനിട്ടറി പാഡുകൾ നല്കുന്നതിന് രാജ്യത്തിന്റെ പല ഭാഗത്തും ഇന്ന് പരിപാടികൾ ആവിഷ്കരിക്കപ്പെടുന്നുണ്ട്.

ചില എൻ ജി ഒകൾ പഴയ തുണി ശേഖരിച്ച് ഉപയോഗപ്രദമായ രീതിയിൽ മാറ്റിയെടുത്ത് സ്ത്രീകൾക്ക് നല്കുന്നു. ചില സ്ഥലങ്ങളിൽ ആർത്തവകാലത്തെ ശുചിത്വപരമായി നേരിടുന്നതിനെക്കുറിച്ച് ബോധവല്ക്കരണ പരിപാടികളും മറ്റും സംഘടിപ്പിക്കപ്പെടുന്നുണ്ട്.

ഇക്കൂട്ടത്തിൽ തമിഴ്നാട്ടിലെ കോയമ്പത്തൂരിൽനിന്നുള്ള അരുണാചലം മുരുകാനന്ദത്തെക്കുറിച്ച് എടുത്തു പറയാതെ വയ്യ. ദാരിദ്ര്യം മൂലം 14 വയസ്സിൽ ഔപചാരിക വിദ്യാഭ്യാസം അവസാനിപ്പിക്കേണ്ടി വന്ന മുരുകാനന്ദം പല തൊഴിലുകൾ ചെയ്ത് കാലക്ഷേപം നടത്തുകയായിരുന്നു. വിവാഹശേഷം ഭാര്യ ശാന്തി വൃത്തിഹീനമായ പഴയ തുണിക്കഷണങ്ങൾ ഒരു ന്യൂസ്പേപ്പറിൽ പൊതിഞ്ഞു വച്ചിരിക്കുന്നതുകണ്ട് കാര്യം തിരക്കിയപ്പോഴാണ് ആർത്തവകാലത്ത് ഉപയോഗിക്കാനാണെന്ന് മുരുകാനന്ദം അറിഞ്ഞത്. ചുറ്റുപാടുള്ള സ്ത്രീകളിൽ 10-ൽ ഒരാൾ പോലും ശരിയായ രീതിയിൽ ആർത്തവകാലത്ത് സംവിധാനങ്ങൾ ഉപയോഗിക്കാറില്ലെന്ന് അയാളറിഞ്ഞു. ഞെട്ടിപ്പോയ മുരുകാനന്ദത്തിന്റെ പിന്നീടുള്ള ജീവിതം ആർത്തവകാലത്തെ സുരക്ഷിതത്വവും ശുചിത്വപൂർണ്ണവുമായ സംരക്ഷണത്തെക്കുറിച്ചുള്ള ചിന്തകളിൽ കുരുങ്ങി. മുരുകാനന്ദം പലതരം പരീക്ഷണങ്ങൾ നടത്തി. അവയുടെയെല്ലാം ഫലമറിയാനായി ഭാര്യയെയും സഹോദരിമാരെയും ഉപയോഗപ്പെടുത്തി. വിവിധതരം തുണികളും പഞ്ഞിത്തരങ്ങളുമൊക്കെ മാറിമാറി ഉപയോഗിച്ച് പാഡുകൾ ഉണ്ടാക്കി നോക്കി. ഒടുവിൽ കമ്പോളത്തിൽ കിട്ടുന്ന പാഡുകൾ വാങ്ങി അതുപോലെ ഉണ്ടാക്കാനുള്ള മാർഗ്ഗങ്ങൾ തേടി. 10 പൈസ ചെലവിൽ ഉണ്ടാക്കാവുന്ന പാഡുകൾക്ക് 40 ഇരട്ടിയിലേറെ വിലയാണ് വൻകിട കമ്പനികൾ ഈടാക്കുന്നതെന്ന് മനസ്സിലാക്കിയ മുരുകാനന്ദം കുറഞ്ഞ ചെലവിൽ സാനിട്ടറി പാഡുകൾ ഉണ്ടാക്കാനുള്ള വഴികൾക്കായി തലപുകച്ചുകൊണ്ടേയിരുന്നു.

ആർത്തവത്തെക്കുറിച്ച് ഉറക്കെ പറയുന്നതുപോലും നിഷിദ്ധവും ലജ്ജാകരവുമായി കണക്കാക്കിയിരുന്ന സമൂഹത്തിൽ മുരുകാനന്ദം ഒറ്റപ്പെടാൻ തുടങ്ങി. കുടുംബം അയാളിൽ നിന്നകന്നു, സമൂഹം ഒറ്റപ്പെടുത്തി. പലപ്പോഴും മുരുകാനന്ദത്തിന്റെ പരീക്ഷണങ്ങൾ കടുത്ത എതിർപ്പു വിളിച്ചു വരുത്തി. ഒരിക്കൽ സ്വന്തം ശരീരത്തിൽ പാഡുവച്ചുകെട്ടി മൃഗരക്തം ഉപയോഗിച്ചാണ് പരീക്ഷണം നടത്തിയത്. നാട്ടിലെ മെഡിക്കൽ കോളേജിലെ പെൺകുട്ടികൾക്ക് പാഡുകൾ നല്കിയിട്ട് ഉപയോഗശേഷം അവ മടക്കിനല്കാൻ ആവശ്യപ്പെട്ടത് പ്രതിഷേധത്തിനിടയാക്കി. ഒരു വേള മുരുകാനന്ദത്തിന്റെ അമ്മ പോലും മകന്റെ ഭ്രാന്ത് താങ്ങാനാവാതെ ഉപേക്ഷിച്ചുപോയി.

മുരുകാനന്ദം പിന്മാറിയില്ല. രണ്ട് വർഷംകൊണ്ട് കൊമേഴ്സ്യൽ സാനിട്ടറി പാഡുകളുടെ നിർമ്മാണവസ്തു പൈൻ മരത്തൊലിയിൽ നിന്നുള്ള സെല്ലുലോസ് ആണെന്ന് അയാൾ കണ്ടെത്തി. ഏറെ വൈകാതെ ചെലവുകുറഞ്ഞ പാഡുകൾ നിർമ്മിക്കാനുള്ള യന്ത്രങ്ങൾ നിർമ്മി

ക്കുന്ന വിദ്യയും കണ്ടുപിടിച്ചു അങ്ങനെ മുരുകാനന്ദം ചരിത്രം കുറിച്ചു. ഇന്ന് ഇന്ത്യയിലെ 23 സംസ്ഥാനങ്ങളിൽ മുരുകാനന്ദത്തിന്റെ സാനിട്ടറി പാഡ് നിർമ്മാണ യന്ത്രം ഉപയോഗത്തിലുണ്ട്. 106 രാഷ്ട്രങ്ങളിലേക്ക് ഇതിന്റെ ഉപയോഗം വ്യാപിക്കപ്പെടുന്നു. ഇന്ത്യൻ പ്രസിഡന്റ് മുരുകാനന്ദത്തിന് അവാർഡ് നല്കി. *ടൈം* (TIME) വാരിക ലോകത്തിലെ ഏറ്റവും സ്വാധീനം ചെലുത്തുന്ന 100 വ്യക്തികളിലൊരാളായി മുരുകാനന്ദത്തിനെ തെരഞ്ഞെടുത്തിട്ടുണ്ട്. ഇന്ന് മുരുകാനന്ദത്തിന് സ്ത്രീ സമൂഹത്തിന് ആർത്തവകാല സുരക്ഷാസൗകര്യം ഉണ്ടാക്കിയെടുക്കാൻ തന്നാലാവുന്നത് ചെയ്യാനായി എന്ന തൃപ്തി മാത്രമല്ല, പണവും പദവിയും ഉണ്ട്, ഒപ്പം പിണങ്ങിപ്പോയ കുടുംബാംഗങ്ങളും മടങ്ങിവന്നിട്ടുണ്ട്.

സമുദ്രം പോലെ വിശാലമായ ഒരു പ്രശ്നത്തിന്റെ ഒരു വക്കിൽ അല്പം ആശ്വാസമുണ്ടാക്കാനുള്ള ശ്രമത്തിലാണ് മുരുകാനന്ദം വിജയിച്ചത്. പക്ഷേ, പ്രശ്നത്തിന്റെ സങ്കീർണ്ണത കടലുപോലെ തന്നെ കിടക്കുന്നു. സ്ത്രീയും അവളുടെ പ്രശ്നങ്ങളും രാഷ്ട്രത്തിന്റെയോ സമൂഹത്തിന്റെയോ ചിന്താധാരകളിൽപ്പെടുന്നവയല്ല എന്ന് കാലാകാലങ്ങളായി തിരിച്ചറിഞ്ഞിട്ടുള്ളതാണ്.

എന്തും കച്ചവടമാക്കുന്ന പുതിയ കാലം ആർത്തവത്തെയും മാർക്കറ്റ് വാല്യു ഉള്ള കച്ചവടമാക്കി മാറ്റിക്കഴിഞ്ഞിരിക്കുന്നു. ആർത്തവ സംരക്ഷണത്തിന് ചെലവ് കൂടിയ പുതിയ പുതിയ മാർഗ്ഗങ്ങൾ വിപണിയിലെത്തുന്നു. ടാമ്പൂണുകൾ, ആർത്തവകാലത്തുപയോഗിക്കാവുന്ന പ്രത്യേകതരം കപ്പുകൾ എന്നിവ മാത്രമല്ല സാനിട്ടറി പാഡുകളിൽ തന്നെ എത്രമാത്രം വൈവിദ്ധ്യങ്ങളാണ് ഇന്നുള്ളത്. ചെലവേറിയ ഒന്നായി സാനിട്ടറി നാപ്കിൻ ഉപയോഗം മാറിക്കഴിഞ്ഞിരിക്കുന്നു, കേരളംപോലെയുള്ള സ്ഥലങ്ങളിൽ പ്രത്യേകിച്ചും.

മുരുകാനന്ദത്തിന്റേതുപോലെയുള്ള കണ്ടുപിടുത്തങ്ങളുടെ സാദ്ധ്യതകൾ ഉപയോഗിക്കേണ്ടതിന്റെ ആവശ്യകത അധികാരികൾ ഇനിയും തിരിച്ചറിഞ്ഞിട്ടില്ല എന്നാണ് തോന്നുന്നത്. മുരുകാനന്ദത്തിന്റെ യന്ത്രമോ തത്തുല്യമായ ഗവേഷണശ്രമങ്ങളോ താല്പര്യക്കാർക്ക് ലഭ്യമാക്കാൻ ഗവൺമെന്റുതലത്തിൽ ശ്രമങ്ങൾ നടത്തിയേ തീരൂ. ഈ മേഖലയിൽ കുടുംബശ്രീ പോലെയുള്ള പ്രസ്ഥാനങ്ങളുടെ ചിന്തയും ശ്രമവും ഉപയോഗപ്പെടുത്തേണ്ടത് ഇന്ത്യൻ സ്ത്രീയുടെ ആവശ്യമാണ്. നമ്മുടെ കുടുംബശ്രീ യൂണിറ്റുകൾ കുറഞ്ഞ ചെലവിൽ സാനിട്ടറി പാഡുകൾ ഉണ്ടാക്കി സ്ത്രീകൾക്ക് (മറ്റ് സംസ്ഥാനങ്ങളിലെ സ്ത്രീകൾക്കും) വില്ക്കുന്നതിനെക്കുറിച്ച് ചിന്തിക്കേണ്ടിയിരിക്കുന്നു. ഇടുക്കിയിൽ ഒരു കുടുംബശ്രീ യൂണിറ്റ് ഇത്തരം ഒരു ശ്രമം നടത്തിയതായി കേട്ടിട്ടുണ്ട്. കേരള മഹിളാ സമഖ്യ സൊസൈറ്റിയും ചില ശ്രമങ്ങൾ ആവിഷ്കരിക്കുന്നതായി പ്രോജക്ട് ഡയറക്ടർ പി ഇ ഉഷ പറയുന്നു.

സ്ത്രീയെ പിൻനിരയിലേക്ക് മാറ്റിനിർത്തുന്നതിനുള്ള കാരണങ്ങളിൽ ആർത്തവത്തിനുള്ള പങ്ക് ചെറുതല്ല. മെച്ചപ്പെട്ടതും സൗകര്യമു

ള്ളതുമായ സുരക്ഷിതത്വ ഉപാധികൾ ഇല്ലാതിരിക്കുന്നതു കൊണ്ടാണോ ആർത്തവകാലത്ത് സ്ത്രീയുടെ മേൽ നിയന്ത്രണങ്ങൾ ഉണ്ടായതെന്ന് സംശയിക്കേണ്ടിയിരിക്കുന്നു.

ഇന്നും പല സമൂഹങ്ങളിലും ആർത്തവകാലം സ്ത്രീക്ക് ഒറ്റപ്പെട്ട് താമസിക്കാനുള്ളതാണ്, വീട്ടിനുള്ളിൽ നിന്നുകൂടി മാറിനില്ക്കാനുള്ള താണ്. (അനാചാരത്തിന്റെ പേരിലാണെങ്കിൽക്കൂടി ആ ദിവസങ്ങളിൽ സ്ത്രീക്ക് വിശ്രമം കിട്ടും എന്നത് നല്ല കാര്യമാണെന്നത് വിസ്മരിക്കുക വയ്യ) ആചാരങ്ങളും അനാചാരങ്ങളും ഏറെയുണ്ട്!

സ്ത്രീ അനുഭവിക്കുന്ന ഇത്തരം പ്രശ്നങ്ങളെ ഗൗരവമായെടുക്കാൻ സമൂഹം മിനക്കെടുന്നില്ല എന്നത് സത്യം മാത്രമാണ്. ആർത്തവവുമായി ബന്ധപ്പെട്ട മാമൂലുകൾ പിന്തുടരാൻ ഏറ്റവും ശ്രദ്ധിക്കുന്നതും സ്ത്രീകൾ തന്നെയാണ്. ശുചിത്വകരമായ രീതികൾ പറഞ്ഞുകൊടുക്കുന്നതിനേ ക്കാൾ, ഇളംതലമുറയ്ക്ക് പല മുതിർന്ന സ്ത്രീകളും കൈമാറുന്നത് തലമുറകൾ കൈമാറിവന്ന അന്ധവിശ്വാസങ്ങളാണ്.

യാത്ര സ്ത്രീക്ക് പ്രാപ്യമല്ലാത്തതായി മാറ്റുന്നതിലെ ഒരു പ്രധാന ഘടകം ആർത്തവമാണ്. ടോയ്‌ലറ്റുകൾ സങ്കല്പം മാത്രമാകുന്ന ഇന്ത്യൻ ഗ്രാമങ്ങളിൽ ആർത്തവകാലത്ത് പോയിട്ട് സാധാരണ ദിവസങ്ങളിൽ പോലും സ്ത്രീക്ക് യാത്രചെയ്യാൻ പ്രയാസം തന്നെയാണ്.

പ്രകൃതിദുരന്തങ്ങളും മറ്റും സംഭവിക്കുമ്പോഴാണ് ആർത്തവം സ്ത്രീകൾക്ക് മുഖ്യവെല്ലുവിളിയുണർത്തുന്നത്. ദുരന്തബാധിത മേഖ ലകളിലെ സ്ത്രീകളോട് ചോദിച്ചാൽ ഭക്ഷണത്തേക്കാൾ, വസ്ത്രത്തേ ക്കാൾ ആദ്യം അവരാവശ്യപ്പെടാറുള്ളത് ആർത്തവദിനങ്ങൾക്ക് വേണ്ട തുണികളും മറ്റുമാണെന്ന് ഈ രംഗത്ത് പ്രവർത്തിക്കുന്നവർ പറയുന്നു. പല സന്നദ്ധസംഘടനകളും ഇത്തരം ക്യാമ്പുകളിൽ സാനിട്ടറി പാഡു കൾ വിതരണം ചെയ്യാൻ ശ്രദ്ധിക്കാറുണ്ട്.

പതുങ്ങിയ ശബ്ദത്തിൽ ഇന്ത്യൻ സ്ത്രീ പറയുന്ന കാര്യങ്ങളിലൊ ന്നാണ് ആർത്തവവും അതുമായി ബന്ധപ്പെട്ട കാര്യങ്ങളും. അതുകൊ ണ്ടുതന്നെയാണ് ഇത്തരം കാര്യങ്ങൾക്ക് കിട്ടേണ്ട ശ്രദ്ധ കിട്ടാത്തതും. സ്ത്രീശരീരത്തിന്റെ സ്വാഭാവിക പ്രവർത്തനങ്ങളിലൊന്നായി ആർത്ത വത്തെ കണക്കാക്കുന്നതിലൂടെ മാത്രമേ ഇന്ന് നിലനില്ക്കുന്ന അപര്യാ പ്തതകൾ ഇല്ലാതാവൂ. ശുചിത്വവും സുരക്ഷയും സൗകര്യപ്രദവുമായ ജീവിതവും എല്ലാ സ്ത്രീകളുടെയും അവകാശമാണ് എന്ന് തിരിച്ചറി യാനുള്ള പ്രാപ്തി പുരുഷ മേധാവിത്തമുള്ള ഭരണസംവിധാനത്തിനു ണ്ടാകണമെങ്കിൽ സ്ത്രീകളെ മനുഷ്യരായി കാണാനുള്ള മനോഭാവം ഉണ്ടാകണം. പൊതുവിതരണ സംവിധാനത്തിലൂടെ പാവപ്പെട്ട സ്ത്രീ കൾക്കും പെൺകുട്ടികൾക്കും സൗജന്യമായി സാനിട്ടറി പാഡുകൾ നല് കുന്നതിനെക്കുറിച്ച് ഭരണാധികാരികൾ ഇനിയും ചിന്തിക്കുന്നില്ലല്ലോ..

അതെങ്ങനെ നടക്കും എന്ന മറു ചോദ്യവും...കുഞ്ഞുങ്ങളുടെ പട്ടിണി മാറ്റാൻ കഴിയാത്ത സാഹചര്യത്തിൽ സ്ത്രീയുടെ ആർത്തവ

കാല ശുചിത്വത്തിന് എന്തു പ്രസക്തി. അതു തന്നെയാണ് സാനിട്ടറി പാഡുകളുടെ അന്തിമരഹസ്യവും.

അതുകൊണ്ടു തന്നെയാവാം ദിവസങ്ങളോളം പഞ്ചാബിലെ ഗ്രാമങ്ങളിൽ രണ്ടായിരം കോടി പാഡുകളുടെ വിപണിസാദ്ധ്യതകൾ തേടി നടന്ന ശിവന്റെ കഥ എൻ എസ് മാധവൻ ഇങ്ങനെ അവസാനിപ്പിച്ചത്..

ശിവൻ ഒടുവിൽ

"സാനിട്ടറി പാഡുകളുടെ ഒരു പായ്ക്കറ്റ് തുറന്ന് വെള്ളത്തിന്റെ ഒഴുക്കിനു മേൽ വച്ചു. അത് വയലിന്റെ ഓരത്തിലൂടെ വളഞ്ഞും പുളഞ്ഞും ഒഴുകി. അയാൾ കുറെ ദൂരം അതിന്റെ പുറകിൽ ഓടി.തിരിച്ചെത്തി മറ്റൊരു സാനിട്ടറി പാഡു കൂടി കടലാസ് വഞ്ചി പോലെ വെള്ളത്തിലേക്ക് ഇറക്കി. പെൺകുട്ടികൾ കൈകൊട്ടി ചിരിക്കുവാൻ തുടങ്ങി.

സാനിട്ടറി പാഡുകളുടെ പല പല പായ്ക്കറ്റുകൾ തുറക്കുന്ന ശബ്ദം വയലിൽ മുഴങ്ങി. അവരും വഞ്ചികൾ പായിച്ചു. വെള്ളത്തിൽ ഇലാസ്റ്റിക് പട്ടകൾ നീർക്കോലികൾപോലെ പുളഞ്ഞു.

"പരിപൂർണ്ണ സുരക്ഷിതത്വം."

ശിവൻ പറഞ്ഞു.

"പരിപൂർണ്ണ സുരക്ഷിതത്വം."

എല്ലാവരും ഏറ്റുപറഞ്ഞു.

ഒന്നൊന്നായി സാനിട്ടറി പാഡുകൾ വെള്ളത്തിൽ ഒഴുക്കുമ്പോൾ അവർ ഒരുമിച്ച് അട്ടഹസിച്ചു.

"കളയാൻ എളുപ്പം."

(ബിയാട്രീസ്)

8

കല്യാണമല്ല കാര്യം

അവൾക്ക് പേര് ഉണ്ടായിരിക്കാതെ തരമില്ല. അത് അവൾ പറഞ്ഞില്ല. ഫോണിനറ്റത്ത് സ്കൂൾ കുട്ടിയുടെ ശബ്ദമായിരുന്നു അവൾക്ക്. അവൾ വളരെ പെട്ടെന്ന് ആത്മകഥ പറഞ്ഞു തീർത്തു. പ്രായം 17 വയസ്സ്. വിധവയാണ്. 2 വയസ്സുള്ള ഒരു കുഞ്ഞിന്റെ അമ്മയും. 7 വരെയേ പഠിച്ചുള്ളൂ. പരീക്ഷയ്ക്ക് നല്ല മാർക്ക് ഒക്കെ കിട്ടുമായിരുന്നു. പക്ഷേ, കല്യാണാലോചനകൾ വന്നു തുടങ്ങിയപ്പോൾ വീട്ടീന്ന് സ്കൂളിൽ പോകണ്ടാന്ന് പറഞ്ഞു. കരഞ്ഞിട്ടും വിട്ടില്ല. പിന്നെ കല്യാണം കഴിപ്പിച്ചു. പുത്യാപ്ല കുടിക്കുമായിരുന്നു. മോനെ പ്രസവിച്ച് കിടന്നപ്പോഴാ രക്തം ഛർദ്ദിച്ച് മരിച്ചത്. പിന്നെ എന്റെ വീട്ടിൽ പൊയ്ക്കോട്ടെ എന്ന് ചോദിച്ചപ്പോൾ അവർ വിട്ടില്ല. പോയിട്ടും കാര്യമില്ല അവിടെ. എന്റേം മോന്റേം കാര്യം നോക്കാൻ ആരും ഇല്ല. അതുകൊണ്ടല്ലേ എന്നെ നേരത്തെ കെട്ടിച്ച് വിട്ടത്? ഇനിയിപ്പോൾ മോനേം കൂട്ടി കൊണ്ടുചെന്നാൽ അച്ഛന്റെ രണ്ടാം ഭാര്യക്ക് കലി കൂടും. എനിക്ക് പഠിക്കണം, ഒരു ജോലി വാങ്ങണം, മോനെ വളർത്തണം. ഇന്ന് ക്ലാസ് എടുത്തപ്പോൾ മാഡം തുല്യതാ പരീക്ഷയെക്കുറിച്ച് പറഞ്ഞില്ലേ. അതിനെക്കുറിച്ച് അറിയാനാണ് വിളിച്ചത്. എനിക്ക് തുല്യതാ പരീക്ഷ എഴുതാൻ പറ്റുമോ? സ്കൂളിൽ പോകാതെ പഠിക്കാൻ പറ്റുമോ? അവളുടെ ചോദ്യങ്ങൾക്ക് ഉത്തരം നല്കുമ്പോൾ എവിടെയൊക്കെയോ കൊളുത്തിവലിക്കുന്നുണ്ടായിരുന്നു. സമപ്രായക്കാർ പ്ലസ്ടു ക്ലാസുകളിൽ പഠിച്ചും കളിച്ചും ചിരിച്ചും മുന്നോട്ടു പോകുമ്പോൾ ഇവൾ പേറുന്നത്. ഭർത്താവിന്റെ ചേട്ടൻ അവളുടെ രക്ഷിതാവ് ആകാൻ തയ്യാറാകുന്ന കാര്യം അവളുടെ വാക്കുകൾക്കിടയിൽനിന്ന് വായിച്ചെടുക്കാൻ എനിക്ക് കഴിഞ്ഞിരുന്നു. അച്ഛനോളം പ്രായമുള്ള അയാളിൽനിന്ന് രക്ഷപ്പെടാനുള്ള അവളുടെ ശ്രമങ്ങളും മനസ്സിലാക്കാൻ പ്രയാസമുണ്ടായിരുന്നില്ല.

തുടർപഠനത്തെക്കുറിച്ച് വീട്ടുകാരോട് സംസാരിക്കണമെന്നും ധൈര്യത്തോടെ മുന്നോട്ടു പോകണമെന്നും ഞാനവളോട് പറഞ്ഞു. അവൾ ഫോൺ വച്ചുകഴിഞ്ഞപ്പോൾ ഞാൻ പലതും ഓർത്തു. കാശിയിലെയും വൃന്ദാവനത്തിലെയും വിധവകളെക്കുറിച്ച്. പണ്ടെങ്ങോ കണ്ട *ഫനിയമ്മ* എന്ന കന്നഡ സിനിമയെക്കുറിച്ച്, അതിലെ വെള്ളയുടുത്ത വിധവയെക്കുറിച്ച്. വിവിധ മതസമൂഹങ്ങളിലെ വിധവകളെക്കുറിച്ച്. നിസ്സഹായമായ ഒരായിരം നിലവിളികൾ എനിക്ക് ചുറ്റും ആർത്തുവന്നു. അവയ്ക്കിടയിലൂടെ ഒരു കുഞ്ഞുപെൺകുട്ടി തോളത്ത് രണ്ടുവയസ്സുള്ള കുഞ്ഞിനെയുമേന്തി കടന്നുവന്ന് രാത്രി മുഴുവൻ മഥിച്ചുകൊണ്ടേയിരുന്നു. പിന്നീട് അവൾ വിളിച്ചതേയില്ല. അവളുടെ ഫോണിൽ വിളിക്കുമ്പോൾ സ്വിച്ച് ഓഫ്. അവൾക്കെന്തു സംഭവിച്ചുകാണും? പഠിക്കാനുള്ള അവളുടെ മോഹം തീരുമാനമായി അറിയിച്ചപ്പോൾ ഭർത്താവിന്റെ വീട്ടുകാർ ഫോൺ പോലും വിലക്കി കാണുമോ? അവൾ എവിടെനിന്നെങ്കിലും ഇനി വിളിക്കുമോ?

ഇപ്പോൾ അവളെക്കുറിച്ച് ഓർക്കുമ്പോൾ വൈധവ്യം അല്ല ഓർമ്മയിൽ വരാറ്. ബാലവിവാഹമാണ്. എന്തൊരു വാശിയായിരുന്നു വിവാഹപ്രായം 16 വയസ്സ് ആക്കി കുറയ്ക്കണമെന്ന്. എന്തെല്ലാം ന്യായങ്ങളായിരുന്നു പെൺകുട്ടികളുടെ സംരക്ഷണത്തിനുവേണ്ടി. പഠിക്കാനും കളിക്കാനുമുള്ള പ്രായത്തിൽ പെൺകുട്ടികളെ വിവാഹക്കുരുക്കിൽപ്പെടുത്തുന്ന ക്രൂരത ഈ കാലത്തും ഈ കേരളത്തിലും പുരോഗതിയുടെ അങ്ങേയറ്റത്ത് നില്ക്കുന്ന കൊച്ചി നഗരത്തിലും ഇതൊക്കെ സാധാരണമെന്ന് ചിന്തിപ്പിക്കുന്ന അനുഭവങ്ങൾ.

മനുഷ്യൻ - എത്ര മനോഹരമായ പദം - എന്ന് കരുതുവാൻ ഇഷ്ടപ്പെടുന്ന ഒരു മനസ്സ് തന്നെയാണ് എനിക്കും. പക്ഷേ, ചിലപ്പോഴൊക്കെ അത് തെറ്റിപ്പോകുന്നു. ഉത്സവങ്ങൾക്ക് ആനകളെ എഴുന്നള്ളിക്കുമ്പോൾ അവ അനുഭവിക്കുന്ന കഷ്ടതകളെക്കുറിച്ച് പ്രശസ്ത വൈൽഡ് ലൈഫ് ഫോട്ടോഗ്രാഫറും സുഹൃത്തുമായ എസ് എ നസീർ ഫോട്ടോകളിലൂടെയും എഴുത്തിലൂടെയും കലഹിക്കുമ്പോ വ്യക്തമാവുന്ന മനുഷ്യത്വത്തിന്റെ അപചയം. സ്ത്രീജീവിതങ്ങളെ അതിക്രൂരമായി ഞെരിച്ചുടയ്ക്കുന്നത് കാണുമ്പോഴും അതേ അപചയം തന്നെ തോന്നിയിട്ടുണ്ട്. പെൺകുഞ്ഞുങ്ങളെ വിവാഹം കഴിപ്പിക്കുന്നതിനെതിരെ ശക്തമായ നിയമം നിലനില്ക്കുന്ന നാട്ടിലാണ് 17 വയസ്സിൽ 2 വയസ്സുള്ള മകനുമായി വിധവയായി ജീവിക്കേണ്ടിവരുന്ന അമ്മ ഉള്ളത്. ലോകത്ത് ഏറ്റവും കൂടുതൽ ശൈശവ വിവാഹങ്ങൾ നടക്കുന്നതും ഇന്ത്യയിലാണ്. മദ്ധ്യകാലഘട്ടത്തിൽ ഡൽഹി ഭരിച്ചിരുന്ന സുൽത്താന്മാരാണ് ശൈശവവിവാഹങ്ങൾക്ക് തുടക്കം കുറിച്ചതെന്ന് ചരിത്രം പറയുന്നു. പെൺകുഞ്ഞുങ്ങൾ പിറക്കുന്നത് അപശകുനമായി കരുതുന്നതും ഇക്കാലത്ത് തന്നെ ആയിരുന്നുവത്രെ. അഭിമാനം, ധീരത, അക്രമം തുടങ്ങിയവയൊക്കെ ഭൂഷണങ്ങളായി കരുതിയിരുന്ന ഫ്യൂഡൽ വ്യവസ്ഥ പെൺകുട്ടിയെ ഉപ

ഭോഗവസ്തുവായി കണക്കാക്കാൻ മടിച്ചില്ല. ജാതിവ്യവസ്ഥയുടെ നിലനില്പിനും ബാലവിവാഹങ്ങൾ ഉപയോഗപ്പെടുത്തി. വിദേശ അധിനിവേശകരിൽനിന്ന് പെൺകുഞ്ഞുങ്ങളെ രക്ഷിക്കുക എന്ന ലക്ഷ്യവും ഇതിനു പിന്നിലുണ്ടായിരുന്നുവെന്ന് ചൂണ്ടിക്കാട്ടപ്പെടുന്നു.

18 വയസ്സിന് താഴെയുള്ള പെൺകുട്ടികളെ വിവാഹം കഴിപ്പിക്കുന്നതിനെ യുണൈറ്റഡ് നേഷൻസ് ബാലവിവാഹമായി കണക്കാക്കുന്നു. ഈ പ്രായത്തിൽ കുട്ടികൾക്ക് അഭിപ്രായരൂപീകരണശേഷി കൈവരില്ല എന്ന് യു എൻ വ്യക്തമാക്കുന്നു.

1929 ൽ ബാലവിവാഹങ്ങൾക്ക് വിലക്ക് ഏർപ്പെടുത്തി ഇന്ത്യയിൽ നിയമം നടപ്പിൽ വന്നു. 2007 ൽ നിയമം പരിഷ്കരിക്കപ്പെടുകയും ചെയ്തു. എന്നിട്ടും നമ്മുടെ പെൺകുട്ടികൾ തീരെ ചെറിയ പ്രായത്തിൽ ഇപ്പോഴും വിവാഹിതരാകുന്നു.

പ്രത്യേക മതവിഭാഗത്തിന്റെ മാത്രം രീതിയായി ശൈശവവിവാഹത്തെ പരിമിതപ്പെടുത്തിയിട്ട് കാര്യമില്ല, ഉത്തരേന്ത്യയിൽ എല്ലാ മതക്കാർക്കും താല്പര്യം കുട്ടികളെ ചെറിയ പ്രായത്തിൽത്തന്നെ കല്യാണം കഴിപ്പിക്കാനാണ്. ലോകത്ത് മറ്റിടങ്ങളിലുമുണ്ട് ഇതേ പ്രവണത. യെമനിലെ നുജൂദ് അലി എന്ന പെൺകുട്ടി ഒൻപതാം വയസ്സിൽ വിവാഹക്കുരുക്കിൽപ്പെട്ട് പഠിക്കാനും കളിക്കാനുമുള്ള അവസരം നിഷേധിക്കപ്പെട്ടതും പത്താം വയസ്സിൽ അതിനെതിരെ പ്രതികരിച്ചപ്പോൾ ഭരണകൂടം സഹായത്തിനെത്തിയതും അതിമനോഹരമായിത്തന്നെ *ഐ ആം നുജൂദ്, ഏജ് 10 ആന്റ് ഡിവോഴ്സ്ഡ് (ഞാൻ നുജൂദ്, 10 വയസ്സ്, വിവാഹമോചിത)* പുസ്തകത്തിൽ വിവരിച്ചിട്ടുണ്ട്. 18 വയസ്സിന് താഴെയുള്ളവർ കുട്ടികളാണെന്ന് ഐക്യരാഷ്ട്രസംഘടന വ്യക്തമാക്കിയിട്ടുണ്ട്. അവർക്ക് കളിക്കാനും പഠിക്കാനും ആനന്ദത്തോടെ ജീവിക്കാനുമുള്ള അവസരങ്ങളാണ് നല്കേണ്ടത്. ആ പ്രായത്തിലുള്ള ലൈംഗികബന്ധങ്ങൾ ബലാത്സംഗമായിട്ടാണ് കണക്കാക്കപ്പെടുന്നത്. പുരുഷന്റെ ആസക്തികൾ പൂർത്തീകരിക്കാനുള്ള ഉപകരണങ്ങളായി സ്ത്രീയെ കണക്കാക്കുമ്പോഴാണ് കൊച്ചുകുഞ്ഞുങ്ങൾ വിവാഹപ്പന്തലിലെത്തുന്നത്. ഏതുതരത്തിൽ നോക്കിയാലും അപകടമാണിത്, പലപ്പോഴും തങ്ങളേക്കാൾ പ്രായത്തിൽ ഏറെ മുതിർന്ന ആളുമായിട്ടാവും കുഞ്ഞുങ്ങളെ വിവാഹം കഴിപ്പിക്കാറ്. ജീവിതമാകെ തകർന്നുപോകുന്ന അനുഭവമാണ് ഇത് നല്കുകയെന്ന് പറയേണ്ടതില്ലല്ലോ. 21 വയസ്സാണ് നിയമപരമായി ആൺകുട്ടികളുടെ വിവാഹപ്രായം. ഇത് ലംഘിക്കപ്പെടുന്നതും ആശാസ്യമല്ല. ആരോഗ്യകരമായ കുടുംബബന്ധങ്ങൾ ഉണ്ടാക്കുന്നതിൽ ബാലവിവാഹങ്ങൾ പരാജയപ്പെടും. ഏകാധിപത്യമാണ് പലപ്പോഴും. കുട്ടികൾക്കാവശ്യം വിദ്യാഭ്യാസമാണ് – ആൺകുട്ടിക്കും പെൺകുട്ടിക്കും. ഓരോ കുട്ടിയും അതിനായി ദാഹിക്കുന്നു എന്ന് ഫോണിനറ്റത്തെത്തുന്ന ആ പെൺകുട്ടിയിൽനിന്ന് ഞാൻ ഒരിക്കൽക്കൂടി മനസ്സിലാക്കി.

9

കനലിൽ ചുട്ടെടുക്കുന്നവർ

തെന്നിവീണ് കാലുളുക്കിയതുമായാണ് ഞാൻ ആയുർവ്വേദ ആശുപത്രിയിൽ പോയത്. കിഴി വച്ച് ചൂടാക്കി മരുന്ന് കഴിച്ച് വിശ്രമിച്ച് കാല് നേരെയാക്കണമെന്ന് ഡോക്ടർ (വൈദ്യർ?).

തിരുമ്മുന്നതിനുള്ള പാത്തിയിൽ കാൽ നീട്ടിയിരിക്കുമ്പോഴാണ് കറുത്തു മെലിഞ്ഞ ആ സ്ത്രീ കടന്നു വന്നത്. ചത്തുപോയ കണ്ണുകൾ, തൂങ്ങി വീഴുന്ന തൊലി മുഖത്തിന് വാർദ്ധക്യഛായ ഉണ്ടാക്കുന്നു. അവർ വന്ന് സ്റ്റൗ കത്തിച്ച് എണ്ണ ചൂടാക്കാൻ വച്ചു. ഏതു നിമിഷവും ഒടിഞ്ഞു വീഴുമെന്ന് തോന്നുന്ന പപ്പായ മരത്തെപ്പോലെ അവർ നിന്നാടി. വിറയ്ക്കുന്ന കൈകളോടെ മരുന്നു കിഴിയെടുത്ത് എണ്ണ ചൂടായിക്കൊണ്ടിരുന്ന ചീനച്ചട്ടിയിൽ വച്ച് അവർ കുനിഞ്ഞു നിന്നു. എണ്ണയിൽ മുക്കിയെടുത്ത കിഴിയെടുത്ത് എന്റെ നീരുപിടിച്ചിരുന്ന കാലിലേക്കമർത്തുമ്പോൾ വേദനകൊണ്ട് നിലവിളിച്ചത് ഞാനായിരുന്നില്ല, അവരായിരുന്നു. എന്റെ വേദന അവരെങ്ങനെ അറിഞ്ഞുവെന്ന് അമ്പരന്ന് ഞാൻ ചോദിച്ചു:

“എന്തു പറ്റി?”

പരിസരം മറന്നു പോയതിലുള്ള വൈക്ലബ്യം മാറ്റാനെന്നപോലെ തലയാട്ടി അവർ പറഞ്ഞു:

“ഒന്നുമില്ല”

ചുട്ടുപൊള്ളുന്ന കിഴികൊണ്ട് എന്റെ വേദന അവർ കുറച്ചെടുക്കുമ്പോൾ ഞാനറിഞ്ഞു. അവർ കരയുകയാണ്, കരഞ്ഞു കൊണ്ടേയിരിക്കുകയാണ്. ചോദ്യങ്ങൾ ഉള്ളിലടക്കി കാലിലെ വേദന കടിച്ചമർത്തി ഞാനിരുന്നു. ഓരോ തവണയും നോവിന്റെ അന്തരാളങ്ങളിൽപ്പെടുന്നതുപോലെയാണവർ കിഴി എന്റെ കാലിൽ വച്ചുകൊണ്ടിരുന്നത്.

ഒടുവിൽ ഒന്നും ചോദിക്കാതെ തന്നെ അവർ പൊട്ടിക്കരഞ്ഞു.

കൈവിരലുകൾ എന്റെ നേർക്ക് നീട്ടി പറഞ്ഞു:

"എന്റെ വിരലുകൾ ഒടിഞ്ഞിരിക്കുകയാണ് മാഡം. കിഴി പിടിക്കുമ്പോൾ പ്രാണൻ പോകുന്ന വേദന. അതുകൊണ്ടാണ് കണ്ണീര് വന്നുപോകുന്നത്."

ഞാൻ ചോദിച്ചു:

"വിരൽ ഒടിഞ്ഞിട്ട് നിങ്ങളെന്തിനാ പണിക്ക് വന്നത്?"

"വരാതെങ്ങനെ? ദിവസക്കൂലിയാണ് ഇവിടെ. പിന്നെ ചികിത്സയ്ക്ക് വരുന്നവരും വല്ലതുമൊക്കെ തരും. കൊച്ചുങ്ങളെ പട്ടിണിക്കിടാൻ വയ്യാത്തതുകൊണ്ട് വരാതിരിക്കാൻ പറ്റൂല്ല മാഡം."

"നിങ്ങളുടെ ഭർത്താവ്?"

"ഭർത്താവ്" അവരുടെ മുഖത്ത് പുച്ഛം നിറഞ്ഞു. കാലുഷ്യവും.

"മാഡം ആരാണ് ഈ കല്യാണം കണ്ടുപിടിച്ചത് എന്ന് എവിടെയെങ്കിലും വായിച്ചിട്ടുണ്ടോ? സ്ത്രീകളെ തകർക്കാൻ വേണ്ടിയുള്ള ഒരേർപ്പാട്. എന്റെ ഭർത്താവ്, അയാള് മനുഷ്യനൊന്നുമല്ല മാഡം. മൃഗം - മൃഗമെന്നും പറഞ്ഞൂടാ. അതുങ്ങള് പാവങ്ങളാണ്. ഇയാളെപ്പോലെയുള്ളവര് പെണ്ണുങ്ങളെ ഊറ്റിക്കുടിച്ച് ജീവിക്കുന്ന പിശാചുക്കളാണ്. ദാ നോക്കൂ മാഡം. എന്റെ ദേഹത്ത് ഒന്നു നോക്ക്."

പിന്നീട് കണ്ടത് എഴുതാൻ പറ്റില്ല. ക്രൂരമായ മർദ്ദനമേറ്റ് ശരീരം മുഴുവൻ നീരും പാടുകളും. കരിനീലിച്ച പാടുകൾ, ചുവന്നു തിണർത്ത പാടുകൾ. ശരീരമൊന്നനക്കാൻ കൂടി വയ്യാതെ വേദനയിൽ പിടയുന്ന ഒടിഞ്ഞ വിരലുകൾകൊണ്ട് അവർ എന്റെ കാലുകളിലേക്ക് വീണ്ടും കിഴി ചൂടാക്കി വയ്ക്കാൻ തുടങ്ങി.

"വേണ്ട, മതി. എന്റെ വേദന മാറി."

"അയ്യോ, ഡോക്ടർ വഴക്കു പറയും. കുറേനേരം കൂടി വയ്ക്കണം. എങ്കിലേ നീര് മാറൂ."

"നിങ്ങളുടെ ദേഹത്ത് മുറിവും ചതവും മാറാൻ എണ്ണയും കിഴിയും വച്ചോ?"

"അയ്യോ, നമ്മൾക്കൊക്കെ അതിനൊക്കെ വകയുണ്ടോ മാഡം. മുറിവെണ്ണയ്ക്ക് തന്നെ എന്ത് വിലയാണെന്നോ. എനിക്കൊക്കെ ഇതൊക്കെ സാധാരണകാര്യങ്ങളല്ലേ. എന്നും അടിയോടടി തന്നെയാണ് മാഡം."

"ആര്?"

"ഭർത്താവ്, അല്ലാതാരാ? കെട്ടിച്ചു വിട്ടതല്ലേ വീട്ടുകാര്, ഈ കുടിയന്റെ കൂടെ. 4 പവനും 35,000 രൂപയുമാണ് കൊടുത്തത്. അതെല്ലാം ദ്രോഹി കൊണ്ടുപോയി കുടിച്ചു. രണ്ടു പിള്ളേരെ ഉണ്ടാക്കിത്തന്നതല്ലാതെ എനിക്കയാൾ ഒന്നും തന്നിട്ടില്ല മാഡം. പണ്ടൊക്കെ കൂലിപ്പണിക്ക് പോവുമായിരുന്നു. ഇപ്പോൾ അതും നിർത്തി. പിള്ളേര് പട്ടിണി കിടന്ന് ചാവാറായപ്പോഴാണ് ഞാൻ ജോലിക്കിറങ്ങിയത്. ആദ്യം വീട്ടുവേലയ്ക്ക് പോയി. അവിടുത്തെ ചേച്ചിയാണ് ഇവിടെ ജോലി വാങ്ങിത്തന്നത്. ഇതും പോരാഞ്ഞ് കുടുംബശ്രീയിൽ അച്ചാറുണ്ടാക്കിക്കൊടുക്കും. അങ്ങനേം കുറച്ച് രൂപാ കിട്ടും. കൊച്ചുങ്ങളെ പഠിപ്പിക്കാനും അതുങ്ങൾക്ക് ഉടുപ്പ്

വാങ്ങാനുമൊക്കെ അതുവഴിയാണ് പൈസയുണ്ടാക്കുന്നത്. ഇയാൾ എന്റെ വീട്ടീന്ന് തന്നത് മുഴുവൻ കുടിച്ച് നശിപ്പിച്ചു. ചെലവിനും തരൂല്ല ഞാൻ ജോലി ചെയ്ത് കൊണ്ട് ചെല്ലുന്ന പൈസ കുടിക്കാൻ ചോദിക്കുമ്പോൾ കൊടുക്കാത്തതിനാണ് എന്നെ അടിച്ചും ഇടിച്ചും ശരിയാക്കുന്നത്. മൂന്നു നേരം മൃഷ്ടാന്നം തിന്നണം. ഈ ജോലിയെല്ലാം ചെയ്ത് ഞാൻ സാധനങ്ങളും വാങ്ങിച്ചോണ്ട് ചെന്ന് വച്ചുണ്ടാക്കുന്നത് തിന്നോണ്ട് എന്നെ ഇടിക്കും. "കറിയിൽ ഉപ്പു പോരാ, ചോറ് വെന്തില്ല" ഇങ്ങനെ നൂറുകൂട്ടം പരാതി പറഞ്ഞോണ്ടാണ് ഇടി. കള്ള് കുടിക്കാൻ പൈസയില്ലെങ്കിൽ അയാൾ പിള്ളേരേം വേണേൽ വില്ക്കും മാഡം. എന്റെ പിള്ളേര് പാവങ്ങൾ. എന്തുമാത്രം അടിയും ഇടിയുമാണ് കൊള്ളുന്നത്. അതുങ്ങളുടെ മുന്നിൽവച്ച് ഇയാൾ പറയുന്ന വേണ്ടാതീനങ്ങൾ കേൾക്കണം."

"ഞാൻ ഇവിടെ ആണുങ്ങളോട് കിടന്നാണ് പൈസയുണ്ടാക്കുന്നത്, ഞാൻ അങ്ങനത്തവളാണ്, ഇങ്ങനത്തവളാണ് എന്നും പറഞ്ഞ് സർവ്വവൃത്തികേടും എന്നെക്കുറിച്ച് പറയും. ഒരു ദിവസം മീൻ കറിയില്ലേൽ ഉടനെ ചോദിക്കണത് "ഇന്ന് കച്ചോടം മേശമായിരുന്നോ"ന്നാണ്. മോൾക്ക് സ്കൂളിലെ പ്രോജക്ട് ചെയ്യാൻ പേപ്പറും കളർ പേനയും വാങ്ങിയതോണ്ട് ഇന്നലെ മീൻ വാങ്ങാൻ കാശ് തികഞ്ഞില്ല. അതിനാണ് ആ ദ്രോഹി ഇന്നലെ അടിച്ചത്."

"നിങ്ങൾക്ക് ബന്ധുക്കളില്ലേ?"

"അച്ഛൻ മരിച്ചു. അമ്മയ്ക്ക് സുഖമില്ല. രണ്ട് അനിയത്തിമാരും ഒരു അനിയനും. അനിയത്തിമാരുടെ സ്ഥിതി ഇതിലും കഷ്ടമാണ്. അനിയനാണെങ്കിൽ നേരം വെളുക്കും മുമ്പേ ബിവറേജസിന് മുന്നിൽ ക്യൂ നില്ക്കാൻ പോവും മാഡം. ആരോട് ചെന്ന് പറയാൻ?"

"നാട്ടിലെ പഞ്ചായത്ത് മെമ്പറോടോ മറ്റോ പറയാൻ പറ്റില്ലേ?"

"അവരൊക്കെ പറഞ്ഞു നോക്കിയതാ. അവര് വരുമ്പം ഇയാൾ പറയും:

"ഇനി കുടിക്കില്ല, ഉപദ്രവിക്കില്ല. ജോലിക്ക് പൊയ്ക്കോളാമെന്നൊക്കെ."

"കുറച്ചു ദിവസം മര്യാദയ്ക്ക് നടക്കും. പിന്നെ തുടങ്ങും. അപ്പോൾ വഴക്കു പറയാൻ വന്ന പഞ്ചായത്ത് മെമ്പറെയും ചേർത്തായിരിക്കും അശ്ലീലം പറയണത്. നാട്ടുകാർക്കും മടുത്തു."

"നിങ്ങൾക്ക് ഇറങ്ങി പൊയ്ക്കൂടേ?"

"എവിടെ പോകും? വീടോ കുടിയോ ഇല്ലാതെ രണ്ട് പെങ്കൊച്ചുങ്ങളേം കൊണ്ട് എവിടെ കിടന്നുറങ്ങും? അതുങ്ങൾക്ക് വിഷം കൊടുത്ത് ഞാനും വിഷം തിന്ന് ചത്താലോ എന്ന് ആലോചിക്കും ഞാൻ. ഇല്ലെങ്കിൽ കുറച്ച് വിഷം കലക്കിക്കൊടുത്ത് അയാളെയങ്ങ് കൊന്നാലോ എന്ന്. അതിനുമൊന്നും ധൈര്യം കിട്ടണില്ല മാഡം. എന്തിനാ മാഡം ഈ കല്യാണം? ഈ കാലമാടൻ ഇല്ലായിരുന്നുവെങ്കിൽ എന്തെങ്കിലും ജോലി ചെയ്ത് ഞാൻ സ്വസ്ഥമായി ജീവിച്ചേനെ."

“എനിക്ക് ബിവറേജസ് കട കാണുമ്പോൾ ഭ്രാന്ത് പിടിക്കുന്നതു പോലെ തോന്നും. കല്ലെടുത്ത് എറിഞ്ഞ് കുപ്പികളൊക്കെ പൊട്ടിക്കാനും അവിടെ ക്യൂ നില്ക്കുന്നവന്മാരെ ഒക്കെ അടിച്ചു കൊല്ലാനും ഒക്കെ തോന്നിപ്പോകും. അത്രമാത്രം പെണ്ണുങ്ങളുടെ കണ്ണീരും സങ്കടവുമാണ് ആ കുപ്പിക്കകത്തൊക്കെ ഉള്ളതെന്ന് ഓർക്കുമ്പോൾ സഹിക്കൂല്ല മാഡം. ഈ സർക്കാരിന് കള്ള് വില്ക്കാതിരുന്നൂടേ, കിട്ടാതെ വരുമ്പോൾ ഇവ ന്മാർ എങ്ങനെ കുടിക്കും?”

“അപ്പോൾ വ്യാജച്ചാരായം ഉണ്ടാക്കിക്കുടിക്കൂല്ലേ ലീലാമ്മേ?”

“അതൊക്കെ നിയന്ത്രിക്കാൻ സർക്കാര് വിചാരിച്ചാൽ പറ്റൂല്ലേ? പൊലീസും പട്ടാളവും ഒക്കെ ഉണ്ടല്ലോ. ഈ കള്ളുകുടിയന്മാർ കാരണം എത്ര സ്ത്രീകളും കുഞ്ഞുങ്ങളുമാണ് തീ തിന്നണത്. കണക്ക് നോക്കി യാൽ അവരായിരിക്കും കൂടുതല്. അതൊക്കെ ഓർത്തെങ്കിലും ഈ കച്ചോടം നിർത്തിക്കാൻ പറ്റൂല്ലേ?”

ഞാനൊന്നും മിണ്ടിയില്ല.

എന്തു മിണ്ടാനാവും. അബ്കാരി ബിസിനസിലൂടെ ഗവൺമെന്റിന് കിട്ടുന്ന വരുമാനം ഓരോ വർഷവും ഉയരുകയാണെന്ന്, മദ്യപാനത്തിന് വേണ്ടി ചെലവഴിക്കുന്ന തുക കണക്കില്ലാതെ വർദ്ധിക്കുകയാണെന്ന്, കേരളത്തിലെ യുവതലമുറ അപകടകരമാംവിധം മദ്യത്തിനടിമകളാകു ന്നുവെന്ന് - ഇതൊക്കെയാണ് കണക്കുകൾ പറയുന്നതെന്ന് ലീലാമ്മ യോട് പറഞ്ഞിട്ടെന്ത് നേടാനാണ്.

എന്റെ കാലിലെ കിഴികുത്തൽ അവസാനിപ്പിച്ച് സ്റ്റൗ ഓഫ് ചെയ്ത് എന്റടുത്തേക്ക് വന്ന് രഹസ്യം പോലെ ലീലാമ്മ പറഞ്ഞു:

“മാഡം ഇത്രേം നേരം എന്റെ കാര്യങ്ങളൊക്കെ കേട്ടതുകൊണ്ട് ഞാൻ ഒരു കാര്യം കൂടി പറയാം. ഇന്നലെ അടീം തൊഴീം കൊണ്ട് സഹിക്കാതായപ്പോൾ ഞാൻ ചെന്ന് അയാൾ വാങ്ങി വച്ചിരുന്ന കുപ്പീന്ന് കുറെ എടുത്ത് കുടിച്ചു. ബ്രാൻഡിയാണെന്നാണ് കുപ്പീലെഴുതിയിരു ന്നത്. അയ്യോ, കുടിക്കാൻ വലിയ പാടായിരുന്നു. ചവർപ്പ്. വാശിക്ക് ഞാൻ കുടിച്ചു തീർത്തു മാഡം. കുറെ നേരം തല കറങ്ങി. പിന്നെ കിടന്ന് സുഖമായി ഉറങ്ങി, വേദന അറിഞ്ഞതേയില്ല. അതു കണ്ടപ്പം അയാൾക്ക് പേടിയായെന്ന് തോന്നുന്നു. ഇന്ന് രാവിലെ എന്റടുത്ത് പറയുവാ - “നീ കുടിച്ച് ശീലിക്കണ്ട. ശീലമായിപ്പോയാൽ ജോലിക്കൊന്നും പോകാൻ പറ്റൂല്ല. പിള്ളേരുടെ കാര്യം ആര് നോക്കുമെന്ന് പേടിച്ചാണെന്ന് തോന്നുന്നു, ഇന്ന് കുടിക്കാൻ പൈസയൊന്നും ചോദിച്ചില്ല മാഡം.”

മുറിവെണ്ണ വാങ്ങാൻ പണം ലീലാമ്മയുടെ ഒടിഞ്ഞ വിരലുകൾക്കി ടയിൽ തിരുകി ഞാൻ പറഞ്ഞു:

“ലീലാമ്മേ വാശിക്കാണെങ്കിലും വേദനിച്ചാണെങ്കിലും ലീലാമ്മ കുടിക്കണ്ട. അങ്ങനെ കുടിച്ചു തുടങ്ങിയാൽ പിന്നെ അന്തോം കുന്തോം ഉണ്ടാവില്ല. കുടിക്കുന്ന പുരുഷന്മാരുടെ മാത്രമല്ല സ്ത്രീകളുടെ എണ്ണവും കേരളത്തിൽ ദിവസംപ്രതി കൂടിക്കോണ്ടിരിക്കുകയാ. വേണ്ട ലീലാമ്മേ.

വേണ്ട."

ലീലാമ്മയുടെ കഥ എഴുതാൻ തുടങ്ങുമ്പോൾ മനസ്സ് പറഞ്ഞു:

"ഇത് ഒരു സാധാരണ കഥയല്ലേ. കേരളത്തിലെ മിക്ക വീടുകളിലും നടക്കുന്ന കഥ. പണക്കാരന്റെയും പാവപ്പെട്ടവന്റെയും വീട്ടിൽ നടക്കുന്ന കഥ. കേരളത്തിന്റെ കഥ. ഇതിലെന്തു പുതുമയാണ്?"

ഒടിഞ്ഞ വിരലുകൾ, തിണർത്ത കവിൾത്തടങ്ങൾ, കരിനീലിച്ച വയർ, ഇടിയേറ്റ് കുനിഞ്ഞുപോയ നട്ടെല്ല്, പ്രതീക്ഷയറ്റ മുഖം, പരാതി തിളങ്ങുന്ന കണ്ണുകൾ - നഷ്ടപ്പെട്ട ജീവിതം.

10

കെട്ടു പോകാത്ത കനൽ

“എത്രയോ പേരുടെ രക്തവും വിയർപ്പും കണ്ണീരുമാണ് നിങ്ങളുടെ വഴിത്താരകളെ ആയാസരഹിതമാക്കിയത് എന്ന് നിങ്ങൾ അറിയണം.”

കൂത്താട്ടുകുളം മേരി

കൂത്താട്ടുകുളം മേരി എന്ന പേര് കുട്ടിക്കാലത്ത് മനസ്സിൽ ചേക്കേറിയത് പത്രമാസികകളിൽ നിന്നാണ്. ധൈര്യത്തിന്റെയും സഹനത്തിന്റെയും നിശ്ചയദാർഢ്യത്തിന്റെയും ഒക്കെ പ്രതീകമായി നിറഞ്ഞുനിന്ന ആ പേര് ഉയർത്തിയിരുന്നത് വീരാരാധന ആയിരുന്നു. ആ വലിയ പേരുകാരിയെ നേരിൽ കാണുന്നത് പിന്നെയും ഏറെക്കാലം കഴിഞ്ഞാണ്. അപ്പോഴേക്കും ഞാൻ കോളേജ് വിദ്യാഭ്യാസമൊക്കെ കഴിഞ്ഞ് വിവാഹിത ആയിക്കഴിഞ്ഞിരുന്നു, കൂത്താട്ടുകുളം മേരിയുടെ മക്കൾ സുലേഖയും ഷൈലയും എനിക്കേറ്റവും പ്രിയപ്പെട്ട ചേച്ചിമാരായി കഴിഞ്ഞിരുന്നു. 1987 ൽ പെരിന്തൽമണ്ണയിലെ വീട്ടിൽ വച്ച് ആദ്യമായി കണ്ട അർദ്ധരാത്രിക്കു മുമ്പേ കൂത്താട്ടുകുളം മേരി എന്ന വീരനായിക എന്റെയും അമ്മച്ചിയായി കഴിഞ്ഞിരുന്നു. അന്നു തുടങ്ങിയ സജീവമായ ബന്ധത്തെ സൗഹൃദം എന്നു മാത്രം പേരിട്ടു വിളിക്കാൻ പറ്റില്ല. ചില ബന്ധങ്ങൾ നിർവ്വചനങ്ങളിൽ ഒതുങ്ങുകയില്ല, അമ്മച്ചിയാണെങ്കിൽ ജീവിതത്തിൽ ഇന്നേവരെ പരിചയപ്പെട്ട മറ്റൊരാളുമായും തുലനം ചെയ്യാനാവാത്ത വ്യക്തിത്വവും.

അമ്മച്ചി കടന്നു പോയിരിക്കുന്നു. പക്ഷേ, അമ്മച്ചി അവശേഷിപ്പിച്ചു പോയ ജീവിതോർജ്ജം-ഒരിക്കൽ പരിചയപ്പെട്ട ആരും അതിൽനിന്നു ഒരു കാലവും വിമുക്തരാകില്ല എന്നതുറപ്പാണ്.

52 **സാനിട്ടറി പാഡിന്റെ അന്തിമരഹസ്യം**

കെ എ ബീന

മേവള്ളൂരിലെ പ്രണയകുലം എന്ന വീട്ടിൽ ചുവന്ന കൊടി പുതച്ച ,അമ്മച്ചിയുടെ നിശ്ചലമായ ശരീരം കിടന്ന മുറിയിലെ ചുവരുകൾ നിറയെ അമ്മച്ചി വരച്ച ചിത്രങ്ങൾ-ആ ചിത്രങ്ങളിലെ നിറങ്ങൾ നമ്മോട് പറയുന്നത് മഹത്തായ ഒരു കാര്യമാണ്, ഏതു പ്രായത്തിലും ജീവിതത്തിൽ നിറങ്ങൾ ചാലിക്കാമെന്നതിനെക്കുറിച്ചാണ്.

അമ്മച്ചി പഠിപ്പിച്ചത് ചെറിയ കാര്യങ്ങളല്ല, അത് അറിയാൻ നമുക്ക് കഴിഞ്ഞോ കഴിയുമോ എന്നത് ഇനിയും ഉറപ്പില്ല. ഇങ്ങനൊരു സ്ത്രീ ഇവിടെ ജീവിച്ചിരുന്നു എന്ന് വരും കാലത്തോട് പറഞ്ഞു കൊടുക്കാൻ ആ ജീവിതം വേണ്ടവിധം കരുതി വയ്ക്കപ്പെട്ടിട്ടുണ്ടോ, അതും സംശയമാണ്.

അമ്മച്ചി ആരായിരുന്നു എന്നതിനേക്കാൾ ആരെല്ലാമായിരുന്നു എന്നു ചോദിക്കുകയാണ് ഉചിതം.

തൊണ്ണൂറുകളിലേക്ക് കാലൂന്നി നിന്നിരുന്ന കാലത്ത് അമ്മച്ചി ബറോഡയിലെ കോളേജ് ഓഫ് ഫൈനാർട്സിൽ പോയി ചിത്രകല അഭ്യസിക്കുന്നതിനെക്കുറിച്ചാണ് ചിന്തിച്ചിരുന്നത്.

കേരളം ചുവന്ന നിറത്തിൽ എഴുതി സൂക്ഷിക്കുന്ന കൂത്താട്ടുകുളം മേരിയുടെ ജീവിതത്തിന്റെ കാൻവാസിന്റെ തുടക്കം വിപ്ലവകാരിയുടേതായിരുന്നുവല്ലോ.. ഫിസിക്കൽ എഡ്യൂക്കേഷൻ ടീച്ചറായി മദ്രാസിൽ ജോലിയെടുക്കാൻ പോയ അമ്മച്ചി കമ്യൂണിസ്റ്റ്, സോഷ്യലിസ്റ്റ് ആദർശ ആശയങ്ങളുടെ തള്ളിച്ചയിൽ ജോലി ഉപേക്ഷിച്ച് കൂത്താട്ടുകുളത്തെത്തി പാർട്ടി മെമ്പർഷിപ്പ് എടുക്കുകയായിരുന്നു

അമ്മച്ചിയുടെ സ്വപ്നം സോഷ്യലിസമായിരുന്നു. അതിനുവേണ്ടി ജീവിതം സമർപ്പിക്കുന്നതിൽ വല്ലാത്ത സംതൃപ്തിയായിരുന്നുവെന്ന് അമ്മച്ചി എപ്പോഴും പറയുമായിരുന്നു. പാർട്ടി നിരോധിക്കപ്പെട്ട കാലം. ഒളിവിലായിരുന്നു സംഘടനാ പ്രവർത്തനം. സോഷ്യലിസ്റ്റ് സ്വപ്നങ്ങൾക്ക് സാർത്ഥതയേകാനുള്ള മോഹം, ഒളിവ് ജീവിതത്തിന്റെ സുരക്ഷിതത്വമില്ലായ്മയിലും കഠിനാദ്ധ്വാനം ചെയ്യാൻ പ്രേരണയും കരുത്തും നല്കിയതായി അമ്മച്ചി പറയുമായിരുന്നു.

പൊലീസ് പീഡനങ്ങളുടെ ആ ക്രൂരകാലം ഓർത്തെടുക്കാൻ പറയുമ്പോൾ അമ്മച്ചി പറയും..

അതൊക്കെ ഒരുപാട് പറഞ്ഞു കഴിഞ്ഞതല്ലേ.. എന്നാലും പറയും..

ഈയിടെ പ്രസിദ്ധീകരിച്ച *കനലെരിയും കാലം* എന്ന ആത്മകഥയിൽ അമ്മച്ചി അതൊക്കെ വിസ്തരിച്ചു പറഞ്ഞിട്ടുണ്ട്.

"മുണ്ട് ഊരിയതൊന്നും വകവയ്ക്കാതെ ഞാൻ എടുത്തു ചാടി. നേരെ ചെന്നതു പൊലീസ് സംഘത്തിന്റെ മുന്നിലേക്ക്. അവരെന്നെ വളഞ്ഞു. ഒരുത്തൻ കയറിപ്പിടിക്കാൻ നോക്കി. അവന്റെ കൈയിൽ ഞാൻ ആഞ്ഞു കടിച്ചു. അവൻ പെട്ടെന്നു തന്നെ ഒരു തോർത്തെടുത്ത് എന്റെ കൈകൾ പിറകിലേക്ക് പിണച്ചു കെട്ടി വച്ചു. ജോസഫ് സാർ ഇതിനകം പിടിയിലായിരുന്നു. ഞങ്ങളെ രണ്ടുപേരെയും വലിച്ചിഴച്ച്, ഇടിവണ്ടി

യെന്നു കുപ്രസിദ്ധമായ കമ്പിയഴിയിട്ട പൊലീസ് വാനിലേക്കു തള്ളിക്കയറ്റി. എന്റെ നീണ്ട തലമുടി രണ്ടാക്കി വാനിന്റെ മുകളിലെ ഇരുമ്പു ബാറിൽ കെട്ടിയിട്ടു. പിന്നെ സ്റ്റേഷൻ വരെ നാലു മൈൽ ദൂരം അടിയും ഇടിയും.. വാൻ ഓരോ കുഴിയിലും ചാടുമ്പോൾ എന്റെ മുടി പറിഞ്ഞു പോകുന്ന പ്രാണവേദനയാണ്. അതിന്റൊപ്പമാണ് ഇടി."

പൊലീസ് സ്റ്റേഷനിൽ ക്രൂരതകളുടെ അദ്ധ്യായങ്ങൾ അമ്മച്ചി വിവരിക്കുമ്പോൾ നെഞ്ചു പൊടിയുന്നത് കേട്ടിരിക്കുന്നവർക്കാണ്.

"രണ്ടു കൈയും പിറകോട്ടു കെട്ടി എന്നെ ചുമരിൽ ചാരിയിരുത്തി. കാലുകൾ നീട്ടിവച്ചു പെരുവിരലുകൾ തമ്മിൽ കൂട്ടിക്കെട്ടി. കാലനക്കാതിരിക്കാൻ രണ്ടുപേർ തുടയിൽ കയറി നിന്നു. ശബ്ദം പുറത്തു വരാതിരിക്കാൻ രണ്ടുപേർ കഴുത്തു ഞെക്കിപ്പിടിച്ചു. കൊല്ലാൻ പോകുകയാണെന്നാണ് ആദ്യം കരുതിയത്. ചൂരൽ വടി എടുക്കുന്നതു കണ്ടപ്പോൾ കാര്യം മനസ്സിലായി. കാല്വെള്ളയിലാണ് അടി. അടിയെന്നു പറഞ്ഞാൽ നിർത്താതെയുള്ള വീശിയടിയാണ്. ഞാൻ പല്ല് കടിച്ചു പിടിച്ചു വേദനയടക്കി കണ്ണടച്ചിരുന്നു. വാ തുറന്നില്ല. അടികൊണ്ടു കാല്വെള്ള പൊട്ടി ചോരയും മാംസവും തെറിക്കാൻ തുടങ്ങി. 15 മിനിട്ടോളം അടി തുടർന്നു..."

കേരളത്തിന്റെ രാഷ്ട്രീയ ചരിത്രത്തിൽ കൂത്താട്ടുകുളം മേരിയുടെ ജീവിതകഥ ഉചിതമായ രീതിയിൽ രേഖപ്പെടുത്തപ്പെട്ടോ എന്ന് സംശയിച്ചു പോകാറുണ്ട്.

പാനൂർ സബ്ജയിലിലും തിരുവനന്തപുരം സെൻട്രൽ ജയിലിലുമൊക്കെ കിടന്ന് പുറത്തുവന്ന് ആദിവാസികളുടെ ചികിത്സ ചെയ്താണ് അമ്മച്ചി ആരോഗ്യം വീണ്ടെടുത്തത്. കാലിൽ നീരും വേദനയും എന്നും ബാക്കിയുണ്ടായിരുന്നു.

ഒളിവുജീവിതം അമ്മച്ചിയുടെ ഇഷ്ടവിഷയമായിരുന്നു. വാതോരാതെ പറയും.

കമ്യൂണിസ്റ്റ് നേതാവായ സി എസ് ജോർജ്ജിനെ വിവാഹം കഴിച്ചത് ഒളിവിലിരിക്കുമ്പോഴാണ്.

പാർട്ടിയുടെ നിരോധനം നീക്കിയപ്പോൾ അമ്മച്ചി ജയിൽ വിമോചിതയായി. രാഷ്ട്രീയ ജീവിതത്തിന്റെയും കുടുംബജീവിതത്തിന്റെയും തിരക്കുകളായി പിന്നീട്. നേരത്തേ ടി ടി സി പാസായിരുന്നതിനാൽ സ്കൂൾ ടീച്ചറായി ജോലി കിട്ടി. മലബാറിലേക്ക് താമസം മാറ്റി. നാലു പെൺകുട്ടികൾ, അവരുടെ പഠനം, ഉദ്യോഗം, ഒപ്പം പാർട്ടിപ്രവർത്തനവും. "മക്കളെ നന്നായി പഠിപ്പിക്കണമെന്ന് എനിക്ക് നിർബ്ബന്ധമായിരുന്നു. അത് സാധിച്ചു."

സി എസ് ജോർജ്ജിന്റെ മരണത്തോടെ അമ്മച്ചി ഏകാന്തതയുടെ ലോകത്തെത്തി. അത് തരണം ചെയ്യാൻ അമ്മച്ചി പല കാര്യങ്ങളും ചെയ്തുനോക്കുമായിരുന്നു.

"മക്കളും പേരക്കുട്ടികളുമൊക്കെയുണ്ട്. എങ്കിലും എന്തെങ്കിലും ചെയ്തുകൊണ്ടിരിക്കണം എന്നൊരു തോന്നൽ ആയിരുന്നു എപ്പോഴും....

വയസ്സൊക്കെ ആയപ്പോൾ പാർട്ടി പ്രവർത്തനത്തിനായി യാത്രകൾ ചെയ്യാനുള്ള ആരോഗ്യം കുറഞ്ഞുവന്നു. പലതും ചെയ്യുന്നതിനെക്കുറിച്ചാലോചിച്ചു. പുസ്തകശാല, ലൈബ്രറി, കർഷകർക്കുവേണ്ടിയുള്ള പദ്ധതികൾ - പല പ്രോജക്റ്റുകളും തയ്യാറാക്കി നോക്കി. ശരിയായില്ല. പിന്നെ ഞാൻ മകളോടൊപ്പം താമസിക്കുന്ന വെള്ളൂരിൽ കുട്ടികൾക്കായി ശാസ്ത്രീയസംഗീത ക്ലാസ് തുടങ്ങി. ഒരു ഗാനമേള ട്രൂപ്പും. ആ നാട്ടിലെ പാടാനിഷ്ടമുള്ളവർക്കൊക്കെ കൂടിയിരുന്ന് പാടാൻ ഒരു പാട്ട് സംഘവുമുണ്ടാക്കി. പാട്ട് മത്സരങ്ങൾ സംഘടിപ്പിച്ചു... എന്നിട്ടും സമയം ബാക്കി. അപ്പോൾ തോന്നി വല്ലതും പഠിക്കാമെന്ന്. ഇന്ദിരാഗാന്ധി നാഷണൽ ഓപ്പൺ യൂണിവേഴ്സിറ്റി (ഇഗ്നോ)യുടെ ക്രിയേറ്റീവ് റൈറ്റിങ് ഇൻ ഇംഗ്ലീഷ് കോഴ്സിന് ചേർന്നു. എറണാകുളത്ത് കൃത്യമായി അസൈൻമെന്റ്സ് കൊണ്ടുകൊടുക്കാൻ ആളില്ലാത്തതിനാൽ അതും മുടങ്ങി. എഴുത്തിന്റെ മേഖലയിലും ശ്രമിച്ചു. പത്രക്കാർ ഇടണ്ടേ. അതും നിന്നു പോയി..."

എന്നിട്ടാണ് അമ്മച്ചി ചിത്രം വരയ്ക്കാൻ തുടങ്ങിയത്. ആവേശത്തോടെ ആ കഥ അമ്മച്ചി എപ്പോഴും പറയും.

"പെട്ടെന്നൊരു ദിവസം രാവിലെ എനിക്കു തോന്നി ചിത്രം വരയ്ക്കണമെന്ന്. അന്ന് ഞാൻ തിരുവനന്തപുരത്ത് ബിനോയ്യുടെ വീട്ടിലാണ്. (ബിനോയ് വിശ്വത്തിന്റെ ഭാര്യ ഷൈല സി ജോർജ്ജ് അമ്മച്ചിയുടെ രണ്ടാമത്തെ മകളാണ്). വരയ്ക്കണമെന്ന ആശ കൂടിക്കൂടി വന്നു... വൈകുന്നേരമായപ്പോൾ പോയി വരയ്ക്കാനുള്ള സാധനങ്ങൾ വാങ്ങി. ഓയിൽ പെയിന്റിങ്ങിനും ഗ്ലാസ് പെയിന്റിങ്ങിനും വാട്ടർ കളറിങ്ങിനുമുള്ള സാധനങ്ങളാണ് വാങ്ങിയത്. ചിത്രങ്ങൾ വരച്ചു തുടങ്ങിയപ്പോൾ ഓയിൽ പെയിന്റ് ഇഷ്ടമായില്ല. കൈയിലൊക്കെ എണ്ണ പുരളും. ഗ്ലാസ് പെയിന്റിങ്ങും സുഖമായി തോന്നിയില്ല. വാട്ടർ കളറാണ് പിടിച്ചത്."

ധിഷണ അമ്മച്ചിയുടെ കുടുംബസ്വത്തായിരുന്നു.

കേരളം കണ്ട ഏറ്റവും വലിയ ധിഷണാശാലികളിലൊരാളായ സി ജെ തോമസ് അമ്മച്ചിയുടെ അമ്മയുടെ അനിയൻ ആയിരുന്നു .. അമ്മയുടെ സഹോദരിയായിരുന്നു പ്രശസ്ത കവയിത്രി മേരി ജോൺ കൂത്താട്ടുകുളം.

വാർദ്ധക്യം ജീവിതോർജ്ജം കെടുത്താത്ത അപൂർവ്വജന്മമായിരുന്നു അമ്മച്ചിയുടേത്. എൺപത്തെട്ട് വയസ്സുള്ളപ്പോൾ ഐ ആർ സി റ്റി സിയുടെ വില്ലേജ് ഓൺ വീൽസ് പരിപാടിയിൽ ചേർന്ന് 15 ദിവസം ഇന്ത്യ ചുറ്റിക്കാണാൻ പോകാൻ അമ്മച്ചിക്കല്ലാതെ ആർക്കു കഴിയും..

തിരുവനന്തപുരത്ത് നടക്കുന്ന അന്താരാഷ്ട്ര ചലച്ചിത്രോത്സവത്തിൽ എത്രയോ കാലമായി മുടങ്ങാതെ പങ്കെടുത്തിരുന്ന ഡെലിഗേറ്റ് ആയിരുന്നു അമ്മച്ചി..

അമ്മച്ചി ഇതെല്ലാമായിരിക്കുമ്പോഴും നിഷ്കളങ്കതകൊണ്ടും സ്നേഹംകൊണ്ടും അസുലഭമായ നർമ്മബോധംകൊണ്ടും മറക്കാ

നാകാത്ത ആ ചിരികൊണ്ടും അടുത്തെത്തുന്ന ഓരോരുത്തരെയും ആകർഷിക്കുകയും വിസ്മയിപ്പിക്കുകയും ചെയ്തുകൊണ്ടേയിരുന്നു.

അപൂർവ്വമായ ചില ജന്മങ്ങൾ മനുഷ്യകുലത്തിൽ ഉണ്ടാവാറുണ്ട്.. കൂത്താട്ടുകുളം മേരിയെക്കുറിച്ച് ചരിത്രം അങ്ങനെ തന്നെയാവും രേഖപ്പെടുത്തുക..

11

മഞ്ഞക്കാഴ്ചകൾ

സ്ത്രീസുരക്ഷയെക്കുറിച്ചും സ്വാതന്ത്ര്യമില്ലായ്മയെക്കുറിച്ചുമൊക്കെ പറയുമ്പോൾ മാധ്യമപ്രവർത്തകരായ സ്ത്രീകളെ ഉൾപ്പെടുത്തേണ്ട കാര്യമില്ല എന്നാണ് പൊതു ധാരണ. കഴിഞ്ഞ വർഷം മുംബൈയിൽ റിപ്പോർട്ടിങ്ങിന് പോയ ഒരു പെൺകുട്ടി ആക്രമിക്കപ്പെട്ടതോടെ ആ കാഴ്ചപ്പാടും മാറി.

ഈയിടെ പല സ്വകാര്യ സംഭാഷണങ്ങളിലും മാധ്യമരംഗത്തെ സ്ത്രീകളുടെ സുരക്ഷിതത്വം പങ്കുവയ്ക്കപ്പെടുന്നുണ്ട്. ഗൗരവത്തോടെ വീക്ഷിക്കേണ്ട നിരവധി സാഹചര്യങ്ങളിലൂടെയാണ് ഇന്ത്യൻ മാധ്യമരംഗത്ത് സ്ത്രീകൾ കടന്നുപോകുന്നത് എന്ന് ഈ മേഖലയിൽ പ്രവർത്തിക്കുന്ന ചിലരെങ്കിലും പറയുന്നു.

നേഹാദീക്ഷിത് എന്ന സ്വതന്ത്ര പത്രപ്രവർത്തക *ഡെക്കാൻ ക്രോണിക്കിൾ* പത്രത്തിൽ എഴുതിയ കാര്യങ്ങൾ ലജ്ജാവഹമായ ഇത്തരം സാഹചര്യങ്ങളുടെ നേരെഴുത്താണ്.

ഇക്കഴിഞ്ഞ ഏപ്രിൽ 7 ന് ഉത്തർപ്രദേശിലെ മുസഫർനഗറിലുണ്ടായ കലാപത്തോടനുബന്ധിച്ച് ഏറെ നാശനഷ്ടങ്ങൾ ഉണ്ടായ ഷിമ്‌ലി സന്ദർശിക്കാനെത്തിയ മുലായംസിങ് യാദവിന്റെ പരിപാടി റിപ്പോർട്ട് ചെയ്യാൻ പോയതായിരുന്നു നേഹ. ഏതാണ്ട് നാല്പതിനായിരത്തോളം പേർ പങ്കെടുത്ത ആ യോഗത്തിലെ ഒരേയൊരു സ്ത്രീസാന്നിദ്ധ്യം താനായിരുന്നുവെന്ന് നേഹ എഴുതിയിരിക്കുന്നു. ചുരിദാറും ടോപ്പും ദുപ്പട്ടയുമൊക്കെ ധരിച്ച് മാന്യമായി തന്നെയാണ് നേഹ പോയത്. പക്ഷേ, ചുറ്റുപാടും നിന്നുയർന്ന കമന്റുകൾ നേഹയെ ഞെട്ടിച്ചു. ട്രക്കുകളുടെ മുകളിലും മറ്റുമിരുന്ന് പുരുഷന്മാർ അസഭ്യങ്ങൾ പറഞ്ഞുകൊണ്ടേയിരുന്നു. പച്ചയായ ഭാഷയിൽ തന്നെ അവർ പറഞ്ഞു. "നീ വാ, ഈ ട്രക്കിന്റെ മുകളിലിട്ട് ഇപ്പോൾ തന്നെ നിന്നെ ഞങ്ങൾ....." ആയിരക്കണക്കിന് സെൽഫോണുകളിൽ

തന്റെ ഫോട്ടോയെടുക്കുന്നത് നേഹ കണ്ടു. ചുറ്റുമുയരുന്ന അശ്ലീല ആക്രോശങ്ങൾ...ഏതു നിമിഷവും ആക്രമിക്കപ്പെടുമെന്ന അവസ്ഥ.. രക്ഷപ്പെടാൻ വഴി കാണാതെ കുഴങ്ങിയ നേഹക്കരികിലേക്ക് ഒരു വൃദ്ധൻ കടന്നുവന്ന് ദുപ്പട്ട കൊണ്ട് മുഖം മൂടാൻ പറഞ്ഞു. ദുപ്പട്ടയിൽ പൊതിഞ്ഞ നേഹയെ അയാൾ കാറിനടുത്തുവരെ കൊണ്ടാക്കി അതിനുള്ളിൽ തന്നെയിരിക്കാൻ പറഞ്ഞു. കാറിലിരുന്ന് പല്ലിറുമ്മി നേഹ ദേഷ്യമടക്കിക്കൊണ്ടേയിരുന്നു. അവൾക്ക് സങ്കടം വന്നത് മറ്റൊരു കാര്യം കൂടി ഓർത്തിട്ടായിരുന്നു. പെണ്ണായിപ്പോയി എന്നതുകൊണ്ട് മാത്രം ആ യോഗം റിപ്പോർട്ട് ചെയ്യാൻ കഴിയാതെ പോയല്ലോ. ആൺ സഹപ്രവർത്തകർക്ക് ഒരു പ്രശ്നവുമില്ലാതെ ജോലി ചെയ്യാനാവുന്നത് ശ്വാസം മുട്ടലുണ്ടാക്കിയെന്നും നേഹ പറയുന്നു.

പത്രപ്രവർത്തകയ്ക്കുപോലും പൊതു ഇടം അപകടകരമെന്ന ലജ്ജാവഹമായ സാഹചര്യത്തിലാണ് രാജ്യത്ത് അടിക്കടി നടക്കുന്ന ബലാത്സംഗങ്ങളെയും കൊലപാതകങ്ങളെയും കാണേണ്ടത്. ഇന്ത്യയുടെ പല ഭാഗങ്ങളിലും സ്ത്രീ ഇന്നും ആടുമാടുകളേക്കാൾ വിലയില്ലാത്തതു തന്നെ, ദളിത് കൂടിയാണെങ്കിൽ പ്രത്യേകിച്ചും. പൊതു ഇടം സ്ത്രീയുടേതെ അല്ല, പല സംസ്ഥാനങ്ങളിലും വയലിലും പറമ്പിലും ജോലി ചെയ്യാനൊഴിച്ച് സ്ത്രീകൾ പുറത്തേക്കിറങ്ങുന്നത് ദൂരെനിന്നും വെള്ളം കൊണ്ടുവരാൻ വേണ്ടി മാത്രമാണ്. അല്ലാതെയുള്ള ഇടപെടലുകളൊക്കെ പുരുഷന്മാർ നടത്തിക്കൊള്ളും.

ഇക്കഴിഞ്ഞ തിരഞ്ഞെടുപ്പ് പ്രചാരണകാലത്ത് ഉത്തർപ്രദേശിലെ ഫൈസാബാദ്, അസംഗഡ്, ലാൽഗഞ്ച്, ജോൻപൂർ, സുൽത്താൻപൂർ, അമേതി തുടങ്ങിയ നിയോജകമണ്ഡലങ്ങളിൽ യാത്ര ചെയ്യുന്നതിനിടയിൽ അത്ഭുതത്തോടെ ഇക്കാര്യം പലവട്ടം മനസ്സിൽ കടന്നുവന്നു. പെരുവഴികളിലെ തിരഞ്ഞെടുപ്പ് പ്രചാരണ ജാഥകളിലോ പൊതുയോഗങ്ങളിലോ സ്ത്രീകളെ കാണാനേ കഴിഞ്ഞില്ല. സമാജ്‌വാദി പാർട്ടിയുടെ ഓഫീസിൽ ചെന്നപ്പോൾ എന്റെ കണ്ണുകൾ ഒരു സ്ത്രീദർശനത്തിന് തിരഞ്ഞു. എവിടെ? ഒരു സാരിത്തുമ്പുപോലും ഉണ്ടായിരുന്നില്ല. തലേന്ന് ലക്നൗവിൽവെച്ച് ഉത്തർപ്രദേശ് മുഖ്യമന്ത്രി അഖിലേഷ് യാദവിനെ നേരിൽ കണ്ടപ്പോൾ സമാജ്‌വാദി പാർട്ടി സ്ത്രീകൾക്ക് വലിയ സ്ഥാനമാണ് നല്കുന്നതെന്നും, ഏറ്റവും കൂടുതൽ സീറ്റുകൾ സ്ത്രീകൾക്ക് നല്കിയത് തന്റെ പാർട്ടിയാണെന്നുമൊക്കെ പറഞ്ഞത് ഓർത്തു. മുലായംസിങ് യാദവ് പത്രിക നല്കാൻ പോകുന്ന ജാഥയിലും ഉണ്ടായിരുന്നില്ല സ്ത്രീകൾ. ഉത്തരേന്ത്യൻ തിരഞ്ഞെടുപ്പ് ഉത്സവം കാണാൻ പോയ ആ യാത്രയിൽ അമേതിയിൽ ആം ആദ്മി പാർട്ടി നേതാവ് അരവിന്ദ് കേജ്‌രിവാൾ നയിച്ച റോഡ് ഷോ കാണാൻ നില്ക്കുന്നവർക്കിടയിലാണ് രണ്ട് സ്ത്രീകളെ കണ്ടത്. ഹസീനയും സുനീതയും. പൊതുസ്ഥലത്ത് കണ്ടുമുട്ടിയ ആ സ്ത്രീകളോട് അല്പം രാഷ്ട്രീയം പറയാമെന്ന് കരുതി ഞാൻ കൂട്ടുകൂടി. സുനീത റോഡുവക്കിൽ പച്ചക്കറികൾ വില്ക്കുകയായിരുന്നു, ഹസീന പഴക്കച്ചവടം നടത്തുന്നവളും. അമേതിയിലെ മുഖ്യകവലയിലിരുന്ന് ആ സ്ത്രീകൾ പറഞ്ഞത് എന്നെ ഞെട്ടിച്ചു:

"രാഷ്ട്രീയമൊന്നും ഞങ്ങൾ ചിന്തിക്കാറില്ല. അതൊക്കെ 'അവരുടെ കാര്യമല്ലേ." അവർ എന്നാൽ വീട്ടിലെ പുരുഷന്മാർ. ആർക്ക് വോട്ട് ചെയ്യു മെന്നതിനും അവർ പറഞ്ഞത് അതേ ഉത്തരം:

"വോ ബോലേഗാ, ഹം കരേഗാ"

(അവർ പറയും ഞങ്ങൾ വോട്ട് ചെയ്യും.)

ഓരോ തവണയും ഉത്തർപ്രദേശിൽനിന്ന് ക്രൂരമായ സ്ത്രീപീഡ നങ്ങൾ കേൾക്കുമ്പോൾ ഞാൻ ഹസീനയെയും സുനീതയെയും ഓർക്കാറുണ്ട്. വീട്ടിനുള്ളിലല്ല പൊതുസ്ഥലത്തും സ്ത്രീകൾ എത്ര മാത്രം പിന്നോക്കമായി ചിന്തിക്കുകയും പെരുമാറുകയും ചെയ്യുന്നു.

എൻ ഡി ടി വിയുടെ ബാംഗ്ലൂർ കറസ്പോണ്ടന്റായിരുന്ന വാസന്തീ ഹരിപ്രകാശ് പറഞ്ഞ അനുഭവം ഇതിനോട് ചേർത്തുവയ്ക്കാവുന്നതാണ്.

"കർണ്ണാടകത്തിലെ മൈനിങ് കുംഭകോണത്തെക്കുറിച്ച് വിധാൻസ ഭയ്ക്ക് പുറത്തുനിന്ന് റിപ്പോർട്ട് ചെയ്യുകയായിരുന്നു ഞാൻ. ചുറ്റിലും പിന്നിലും നിറച്ചാളുകളായിരുന്നു. വാർത്ത കഴിഞ്ഞ ഉടനെ ഒരു കോൾ. ലക്നൗവിൽനിന്ന് എൻ ഡി ടി വി കറസ്പോണ്ടന്റാണ്:

"ഈ തിരക്കിൽ നീയെങ്ങനെ സാരിയുടുത്ത് റിപ്പോർട്ട് ചെയ്യുന്നു. അത്ഭുതം തന്നെ."

സാരിപ്രേമിയായ വാസന്തിക്കും അത്ഭുതമായി. ഇവളെന്താണ് പറ യുന്നത്? ഇത്തരമൊരു ഒക്യുപ്പേഷണൽ ഹസാർഡിനെ (occupational hazard) ക്കുറിച്ച് കേട്ടിട്ടില്ലായിരുന്നു.

"തല മുതൽ കാലുവരെ മൂടുന്ന സൽവാർ കുർത്തിയും അതിനു മുകളിൽ ദുപ്പട്ടയുമിട്ടാണ് ഞാൻ റിപ്പോർട്ടിങ്ങിന് പോകാറ്. എന്നാലും വിടില്ല, തീർത്തും അപകടമാണ് ഇവിടെ."

വാസന്തി ഞെട്ടിപ്പോയെന്നാണ് അവൾ പറഞ്ഞത്.

മാധ്യമരംഗത്ത് സ്ത്രീകൾ അനുഭവിക്കേണ്ടിവരുന്നത് ഇതാണെ ങ്കിൽ സാധാരണ സ്ത്രീയുടെ അവസ്ഥ എന്തായിരിക്കുമെന്ന് ഊഹി ക്കാമല്ലോ എന്ന എന്റെ വാചകത്തിന് തിരുവനന്തപുരത്തെ ഒരു യുവ മാധ്യമ പ്രവർത്തക നല്കിയ മറുപടി എന്നെ സ്തബ്ധയാക്കി.

"അവിടത്തെ മാത്രം കഥയല്ല അത്. ഇവിടെയും ഗതിയതു തന്നെ. സെക്രട്ടേറിയറ്റിന് മുന്നിൽനിന്ന് ടെലിവിഷന് ലൈവ് കൊടുത്തു നോക്കൂ, മനസ്സിലാവും - എത്ര പേരാണ് ഫോട്ടോയെടുക്കാറെന്നോ. സാരിയുടു ക്കുന്നതിനെക്കുറിച്ച് ചിന്തിക്കാൻ പറ്റില്ല, ചുരിദാറിടുമ്പോൾപോലും അസ ഭ്യമായ നോട്ടങ്ങൾ സഹിക്കണം. ആപാദചൂഡമാണ് ആഭാസ വർണ്ണന കളും ഫോട്ടോയെടുക്കലും. ലൈവിനിടയിൽ എന്തു ചെയ്യും? അത് കഴി യുന്നതിനിടയിൽ കക്ഷികൾ സ്ഥലം വിടും."

എനിക്കൊന്നും പറയാനില്ലായിരുന്നു. നമ്മുടെ നാടിന്റെ മഹത്ത്വം മറ്റെല്ലാ കാര്യങ്ങളിലും ഉച്ചൈസ്തരം ഘോഷിക്കാമെങ്കിലും സ്ത്രീയോ ടുള്ള ഇത്തരം സമീപനങ്ങൾ പച്ചയായ യാഥാർത്ഥ്യം തന്നെയാണല്ലോ.

12

നിസ്സഹായമായ നിലവിളികൾ

ജീവിതം പലപ്പോഴും കഥകളേക്കാൾ സംഭ്രമിപ്പിക്കാറുണ്ട്. നിസ്സഹായമായ നിലവിളികളാക്കി മാറ്റാറുണ്ട്. ഉള്ള് നിറഞ്ഞ് അത്തരം നിലവിളികളുണ്ട്, പലയിടത്തുനിന്നും കയറിവരികയാണവ.

അന്ന് പകൽ ഗ്രാമപ്രദേശത്തുള്ള ആ അങ്കണവാടിയിൽ അൻപതോളം സ്ത്രീകളോട് സംസാരിച്ച് മടങ്ങുമ്പോൾ അത്തരമൊരു നിലവിളി എന്നെ തേടി വരുമെന്ന് ഒട്ടുമേ പ്രതീക്ഷിച്ചിരുന്നില്ല. പക്ഷേ, രാത്രി ഒരു ഫോൺകോളായി അത് കയറിവരിക തന്നെ ചെയ്തു. പേര് പറയാത്ത ആ സ്ത്രീക്ക് പറയാനുണ്ടായിരുന്നത് അപൂർവ്വമായ കഥയായിരുന്നു. വയസ്സ് 38. വീട്ടുജോലികൾ ചെയ്ത് ഭർത്താവിനെയും കുഞ്ഞുങ്ങളെയും പരിപാലിച്ച് ജീവിക്കുന്നു. പുറമെ സ്വസ്ഥം, ശാന്തം. ഉള്ളിൽ കനലെരിയുന്ന അഗ്നികുണ്ഡം. അവർ രണ്ടു കഥകൾ പറഞ്ഞു.

അമിതമായ ലൈംഗികത്വര ജീവിതത്തിലുണ്ടാക്കുന്ന പ്രശ്നങ്ങൾ നിറഞ്ഞതായിരുന്നു ഒന്നാം കഥ. രണ്ടാം കഥ ആദ്യത്തേതിനെ പൂരിപ്പിക്കുന്നതായിരുന്നു:

“ആറ് വയസ്സ് മുതൽ അയലത്തെ കൂട്ടുകാരിയുടെ അച്ഛൻ ലൈംഗികമായി ഉപയോഗപ്പെടുത്തിയിരുന്നു. സ്കൂളിൽ പഠിക്കുമ്പോൾ മിക്ക ദിവസവും എന്നോണം അയാൾ ലൈംഗികബന്ധം പുലർത്തി. കുട്ടിക്കാലത്ത് ഒന്നുമറിയില്ലായിരുന്നുവെങ്കിലും പതുക്കെ പതുക്കെ ആസ്വദിക്കാൻ തുടങ്ങി. പിന്നീടതു ശീലമായി മാറി. ഇപ്പോൾ രക്ഷപ്പെടാൻ കഴിയാത്ത കുടുക്കിൽ അതെത്തിച്ചിരിക്കുന്നു.”

അവരുടെ പ്രശ്നത്തിന് പരിഹാരം തേടുമ്പോൾ മനഃശാസ്ത്രജ്ഞയായ സുഹൃത്ത് വിശദീകരിച്ചു.

“കുട്ടിക്കാലത്ത് ലൈംഗികമായി ഉപയോഗിക്കപ്പെടുന്ന പലരിലും

മുതിരുമ്പോൾ അമിതമായ ലൈംഗികതാല്പര്യം ഉണ്ടാകുന്നത് കണ്ടിട്ടുണ്ട്. പെൺകുട്ടികൾക്ക് മാത്രമല്ല ആൺകുട്ടികൾക്കും.. ഇവിടെ നിരവധി പേഷ്യന്റ്സ് ഈ സ്ഥിതിയിൽ വരാറുണ്ട്. പണ്ട് ഇത്തരം അവസ്ഥകളിൽ വീടുകളിൽ കഴിഞ്ഞിരുന്നവർ മനോരോഗികളും ശാരീരികമായ രോഗങ്ങളുള്ളവരുമായി മാറുമായിരുന്നു. ഇപ്പോൾ അറിവും അവസരങ്ങളും ഉണ്ട്. രക്ഷപ്പെടാൻ മാർഗ്ഗങ്ങളുണ്ടോ എന്നാരായാനും ചികിത്സിക്കാനും പലരും തയ്യാറാകുന്നു. അവൾ മറ്റൊരു കഥ പറഞ്ഞു:

"നഗരത്തിലെ ഉന്നതകുടുംബാംഗമായ ഒരു സ്ത്രീ. ഫേസ്ബുക്ക്, വാട്ട്സ്ആപ്പ് തുടങ്ങി നൂതന സാങ്കേതിക സംവിധാനങ്ങളൊക്കെ ഉപയോഗിക്കും. ഇത്തരം സങ്കേതങ്ങളിലൂടെ പരിചയപ്പെടുന്ന പുരുഷന്മാരുമായി ലൈംഗികബന്ധം നടത്താൻ അവർ മടിക്കുന്നേയില്ല. ആറ് വയസ്സ് മുതൽ സ്വന്തം അമ്മാവനും സുഹൃത്തുക്കളും നിരന്തരം ഉപയോഗിക്കുമായിരുന്നുവെന്ന് പറയുമ്പോൾ അവർ ഇപ്പോഴും പൊട്ടിക്കരയും. ആ ട്രോമ അവരെ വിട്ടുപോകുന്നത്, ഓരോ പുരുഷനെയും കീഴ്പ്പെടുത്തുന്നതിലൂടെയാണ്. അവർക്ക് കുറ്റബോധം അല്പവുമുണ്ടായിരുന്നില്ല. സംരക്ഷണം നല്കേണ്ട സ്വന്തം കുടുംബാംഗം തന്നെ പീഡിപ്പിക്കുമ്പോൾ മൂല്യബോധം വീൺവാക്കാവുന്നത് സ്വാഭാവികമാണല്ലോ."

പ്രായമാവുന്ന കാലത്ത് ശരീരത്തിൽ ഉല്പാദിപ്പിക്കപ്പെടേണ്ട ഹോർമോണുകൾ കുട്ടിക്കാലത്ത് തന്നെ ഉല്പാദിപ്പിക്കപ്പെടുമ്പോൾ സംഭവിക്കുന്ന സ്വഭാവപരിണാമങ്ങളെ പലർക്കും കൈകാര്യം ചെയ്യാനാവുന്നില്ലെന്ന് മനഃശാസ്ത്രജ്ഞർ പറയുന്നു.

ഒറ്റപ്പെട്ട, വ്യക്തിഗത അനുഭവങ്ങൾ എന്ന് കരുതി തള്ളിക്കളയാവുന്നതല്ല ഈ സ്ത്രീകളുടെ ദുർഗ്ഗതിയെന്ന് തിരിച്ചറിഞ്ഞത് പീഡിതരായ പെൺകുട്ടികളെ താമസിപ്പിക്കുന്ന കേന്ദ്രത്തിൽ ചെന്നപ്പോഴായിരുന്നു. മൂന്നു വയസ്സ് മുതൽ പതിനെട്ട് വയസ്സുവരെയുള്ള അൻപതോളം കുട്ടികൾ - അച്ഛൻ, അമ്മാവൻ, ചിറ്റപ്പൻ, ചേട്ടൻ, അയലത്തുകാരൻ, അദ്ധ്യാപകൻ, ഓട്ടോറിക്ഷാക്കാരൻ - ആരൊക്കെയോ ജീവിതം പിച്ചിച്ചീന്തിയെറിഞ്ഞവർ. സൂര്യനെല്ലി പെൺകുട്ടിയെപ്പോലെ പേരും ജീവിതവും നഷ്ടമാവുന്നവർ.

എഴുതിയും പറഞ്ഞും തേഞ്ഞുപോയ അവരുടെ പ്രശ്നങ്ങൾക്കപ്പുറത്ത് കുടത്തിൽ നിന്നു പുറത്തു ചാടിയ മറ്റൊരു ഭൂതമുണ്ടെന്ന് കേന്ദ്രത്തിലെ കൗൺസിലർ നിസ്സഹായതയോടെ അറിയിച്ചു.

പല കുഞ്ഞുങ്ങളും കടന്നുപോകുന്ന അവസ്ഥ പരിതാപകരമാണ്. അഞ്ചും ആറും വയസ്സുള്ള കുട്ടികൾവരെ ലൈംഗികതാല്പര്യം പ്രകടിപ്പിക്കാറുണ്ട്. ഒളിച്ചു വയ്ക്കേണ്ട കാര്യം ആണ് എന്ന തോന്നൽ ഇല്ലാത്തതുകൊണ്ട് അവർ തുറന്നു തന്നെ ഇക്കാര്യങ്ങൾ പറയും. ചെറിയ കുഞ്ഞുങ്ങൾ വലിയ കാര്യങ്ങൾ പറയുകയും പ്രവർത്തിക്കുകയും ചെയ്യുമ്പോൾ സങ്കടം തോന്നും. പലരും സ്വവർഗ്ഗരതിയിലൊക്കെ പെട്ടുപോകുന്നത് കാണാറുണ്ട്. വിവേകമുറയ്ക്കാത്ത പ്രായത്തിൽ ശരീര

ത്തിന്റെ മേലുള്ള നിയന്ത്രണം നഷ്ടപ്പെടുന്നത് ജീവിതം തന്നെ വെല്ലുവിളിയാക്കും. വളരെ പെട്ടെന്ന് പ്രേമബന്ധത്തിൽപെടാനും അതിലും പെട്ടെന്ന് ലൈംഗികബന്ധത്തിലേർപ്പെടാനും പലരും മടിക്കുന്നില്ല. സമൂഹത്തിന്റെ സദാചാരസങ്കല്പങ്ങൾ ഉൾക്കൊള്ളാൻ പലർക്കും വിഷമമാണ്. ഈ സമൂഹംതന്നെയല്ലേ ചെറിയ പ്രായത്തിൽ വലിയ കാര്യങ്ങൾക്ക് ഞങ്ങളെ ഉപയോഗിച്ചത് എന്നാവും മറുചോദ്യം. സമൂഹം അവരോട് പുലർത്താത്ത മൂല്യങ്ങൾ അവർ എന്തിന് തിരികെ പുലർത്തണം എന്ന ചോദ്യത്തിന് എന്ത് ഉത്തരമാണ് നല്കാനാവുക. വീട്ടിനുള്ളിൽ നിന്ന് ചൂഷണം ഉണ്ടാകുന്നവർക്ക് കുടുംബം എന്ന സംവിധാനം തന്നെ ഇല്ലാതാവുന്നു. വിശ്വാസവും മമതയും നഷ്ടമാവുന്ന അവസ്ഥ. മിക്കവർക്കും കുഞ്ഞുങ്ങളെ ഇഷ്ടപ്പെടാൻ കൂടി കഴിയാറില്ല.

ഈയിടെ ഇവിടത്തെ ഒരു കുട്ടിയെ ഒരു പുരുഷനോടൊപ്പം കണ്ടപ്പോൾ അവൾ കൂസലില്ലാതെ പറഞ്ഞു: "ഞാൻ വിളിച്ചിട്ടാണ് അയാൾ വന്നത്" എന്ന്.

കഠിനമായി ആയാസം നല്കുന്ന ജോലികൾ നല്കി അമിതമായ ഊർജ്ജം ചെലവഴിപ്പിക്കുക എന്ന മാർഗ്ഗമാണ് പുനരധിവാസകേന്ദ്രത്തിൽ സ്വീകരിക്കുന്നതെന്ന് കൗൺസിലർ പറയുന്നു:

"ശരീരം ക്ഷീണിപ്പിക്കുന്ന ജോലികൾ ഒരു പരിധിവരെ ലൈംഗികത്വര കുറയ്ക്കും. നൃത്തം, ഏറോബിക്സ്, യോഗ ഒക്കെ നല്ല മാർഗ്ഗങ്ങളാണ്. പക്ഷേ, പുനരധിവാസ കേന്ദ്രങ്ങളിൽ ഇത്തരം കാര്യങ്ങൾ എത്രമാത്രം സാദ്ധ്യമാണ് എന്നതാണ് മറ്റൊരു പ്രശ്നം. ഇത്തരം കുട്ടികൾ ഒറ്റയ്ക്കും വെറുതെയുമിരിക്കുന്ന സാഹചര്യങ്ങൾ കഴിയുന്നതും കുറയ്ക്കുന്നതിനാണ് ഞങ്ങൾ ശ്രമിക്കാറ്. ആരുടെയൊക്കെയോ നൈമിഷിക ഉല്ലാസങ്ങൾക്കു വേണ്ടി ജീവിതം തീറെഴുതേണ്ടിവന്ന ഈ പാവം കുട്ടികൾക്ക് കുട്ടിത്തം നഷ്ടപ്പെടുന്നത് കണ്ടുനില്ക്കുന്നത് ബുദ്ധിമുട്ടാണ്. തീരെ ചെറിയ കുഞ്ഞുങ്ങൾ ശരീരത്തിന്റെ വെല്ലുവിളികൾ നേരിടുന്നത് അതെന്താണെന്ന് പോലും തിരിച്ചറിയാത്ത പ്രായത്തിലാണ്. മുതിർന്നവരുടെ വിവേകം അവർക്കില്ലല്ലോ. പല കുഞ്ഞുങ്ങൾക്കും ലൈംഗിക കാര്യങ്ങൾ കുട്ടിക്കളി പോലെയാണ്."

കൗൺസിലർ പറഞ്ഞു നിർത്തുമ്പോൾ എന്റെ കൈവിരലുകളിൽ കുഞ്ഞു വിരലുകളുടെ സ്പർശം. നാലു വയസ്സുള്ള ഒരു പെൺകുഞ്ഞ് ചോദിക്കുന്നു (മറ്റനേകംപേരെപ്പോലെ പേര് പറയാനാവാത്തവൾ). "പോകുവാണോ? എന്നെ എന്റെ അമ്മയുടെ അടുത്ത് കൊണ്ടാക്കുമോ?" അവളുടെ കൈവിടുവിച്ച് കൗൺസിലർ പറഞ്ഞു:

"ഇവളെ വീട്ടിൽ വിടാനാവില്ല. അച്ഛനാണ് ഉപദ്രവിക്കുന്നത്. അമ്മയ്ക്ക് അയാളെ കളയാൻ താല്പര്യമില്ല."

ആ കുഞ്ഞുവിരലുകളുടെ സ്പർശം ഉറക്കം തരാത്ത രാത്രിയിൽ ഇത്തരം കാര്യങ്ങൾ പങ്കുവയ്ക്കുന്ന സുഹൃത്തിനെ വിളിച്ചു. സ്കൂൾ ഹെഡ്മിസ്ട്രസാണവൾ. അവൾ മറ്റൊരു കഥ പറഞ്ഞു:

“ഞങ്ങളുടെ സ്കൂളിലെ ഒന്നാം ക്ലാസിലെ ടീച്ചർ ഒരുദിവസം ഒരു പരാതിയുമായി വന്നു. ആ ക്ലാസിലെ ഒരാൺകുട്ടിയും പെൺകുട്ടിയും പിന്നിലെ ബെഞ്ചിലിരുന്ന് ചെയ്യാൻ പാടില്ലാത്ത കാര്യങ്ങൾ ചെയ്യുന്നു. ഞാൻ കുട്ടികളെ വിളിപ്പിച്ചു. സ്വാഭാവികമായും ആൺകുട്ടിയെയാവു മല്ലോ കുറ്റവാളിയായി കരുതുക. സംസാരിച്ചു വന്നപ്പോൾ നടുങ്ങിപ്പോയി. ഇവിടെ ആറ് വയസ്സുള്ള പെൺകുട്ടിയാണ് അവനെ നിർബ്ബന്ധിച്ച് ചെയ്യി ക്കുന്നത്. പെൺകുട്ടിക്ക് പറയാനുള്ളത് ഞെട്ടിപ്പിക്കുന്ന കഥയായിരുന്നു. രണ്ട് മൂന്ന് വയസ്സ് മുതൽ അപ്പൂപ്പൻ (അച്ഛന്റെ അച്ഛൻ) അവളോട് ചെയ്യുന്ന കാര്യങ്ങൾ അവൾ ക്ലാസിലെ കൂട്ടുകാരനെക്കൊണ്ട് ചെയ്യി ക്കുന്നതാണ്, അവൾക്കിപ്പോൾ അതൊക്കെ ചെയ്യാതെ പറ്റില്ല എന്നായി രിക്കുന്നു. വെള്ളം കുടിക്കുന്നതുപോലെ, ഭക്ഷണം കഴിക്കുന്നതു പോലെ, കളിക്കുന്നതുപോലെ ഒന്ന് മാത്രമാണവൾക്ക് ലൈംഗികകാര്യ ങ്ങളും.”

തികച്ചും നിഷ്കളങ്കമായി അവൾ കൂട്ടിച്ചേർത്തു: “അപ്പൂപ്പൻ എന്നും ചോക്ലേറ്റ് തരും.” ഹെഡ്മിസ്ട്രസ് സുഹൃത്ത് പെൺകുട്ടിയുടെ അമ്മയെ വിളിച്ചുവരുത്തി.

“ആദ്യമൊന്നും അവർ സമ്മതിച്ചില്ല. കുട്ടി കള്ളം പറയുകയാണെന്ന് പറഞ്ഞു. പിന്നീട് അവർ പൊട്ടിക്കരയാൻ തുടങ്ങി. ഭർത്താവ് ഗൾഫി ലാണ്. ഭർത്താവിന്റെ അച്ഛൻ കല്യാണം കഴിഞ്ഞു വന്നനാൾ മുതൽ അവരെയും ലൈംഗികാവശ്യങ്ങൾക്ക് ഉപയോഗിക്കുന്നു. ഭർത്താവിനോട് പറയാതിരിക്കാൻ വേണ്ടി പഴുതുകൾ അടച്ചിട്ടുണ്ട് അയാൾ. മരുമകൾക്ക് മറ്റ് ബന്ധങ്ങൾ ഉണ്ടെന്ന് മകനെ ധരിപ്പിക്കുന്നതിലൂടെ. ഭർത്താവ് താൻ എന്തു പറഞ്ഞാലും വിശ്വസിക്കില്ല, അച്ഛനെ അത്ര ബഹുമാനവും സ്നേഹവുമാണെന്ന് ആ സ്ത്രീ ഭ്രാന്തിയെപ്പോലെ പറഞ്ഞു.”

ചൈൽഡ്‌ലൈൻകാരെ അറിയിച്ച് അറസ്റ്റ് ചെയ്യിപ്പിക്കുമെന്ന ഭീഷ ണിക്ക് മുന്നിൽ മാത്രമാണ് അവർ കാര്യങ്ങൾ ഭർത്താവിനോട് തുറന്ന് പറഞ്ഞ് മനോരോഗ ചികിത്സയ്ക്ക് തയ്യാറായത്. അപ്പൂപ്പനെയും കൊച്ചു മകളെയും ഭാര്യയെയും ചികിത്സയ്ക്ക് കൊണ്ടുപോകേണ്ടി വന്ന മകൻ പൊട്ടിക്കരയുകയായിരുന്നു.”

ഒറ്റപ്പെട്ട സംഭവങ്ങൾ എന്ന് കരുതി തള്ളിക്കളയണം എന്ന് ആഗ്ര ഹിക്കുമ്പോഴും പീഡിപ്പിക്കപ്പെടുന്ന പെൺകുട്ടികൾക്കായി നാടു നീളേ ഉയരുന്ന പുനരധിവാസ കേന്ദ്രങ്ങൾ ആധിയുയർത്തുന്നു. അമർത്തി വയ് ക്കപ്പെട്ട ലൈംഗികത എന്ന അഗ്നി പർവ്വതത്തിന്റെ മുകളിലാണ് നമ്മൾ ജീവിക്കുന്നത് എന്ന അറിവ് ഒട്ടും തന്നെ സമാധാനം നല്കുന്നതല്ല.

13

പെൺകുട്ടികൾ പൂട്ടിയിടാനുള്ളവരോ?

മുംബൈ ഐ ഐ ടിയിലെ ഹോസ്റ്റൽ മുറികളിൽ, ക്യാമ്പസിനുള്ളിലെ പാതയോരങ്ങളിൽ, ലൈബ്രറികളിൽ, കഫെറ്റീരിയകളിൽ അർദ്ധരാത്രികളിൽ പകൽപോലെ സ്വസ്ഥരായും സ്വച്ഛരായും നടക്കുന്ന പെൺകുട്ടികളെ കണ്ട് ആദ്യം അത്ഭുതമാണ് തോന്നിയത്. ഹോസ്റ്റൽ സങ്കല്പങ്ങളെ മുഴുവൻ പൊളിച്ചെഴുതുന്ന ജെ എൻ യു (ന്യൂഡൽഹിയിലെ ജവഹർലാൽ നെഹ്റു യൂണിവേഴ്സിറ്റി), പൂനെ ഫിലിം ഇൻസ്റ്റിറ്റ്യൂട്ട്, രാജ്യത്തെ വിവിധ ഐ ഐ ടികൾ ഒക്കെ കണ്ടപ്പോഴും നമ്മുടെ നാട്ടിലെ ഹോസ്റ്റൽ സംവിധാനത്തിൽ വീർപ്പുമുട്ടുന്ന പെൺകുട്ടികളെ ഓർത്തുപോയിട്ടുണ്ട്.

നമ്മുടെ പെൺഹോസ്റ്റലുകളെ ജയിലുകൾ എന്നുതന്നെ വിളിക്കേണ്ടിവരും. കർശന നിയമാവലികളിൽ ഒതുങ്ങേണ്ടിവരുന്ന പെൺജന്മങ്ങൾ മറ്റെല്ലാത്തിലുമെന്നപോലെ ഇത്രനാളും ഇക്കാര്യത്തിലും "നിശ്ശബ്ദമായി സ്വീകരിക്കുക, ഞങ്ങൾക്ക് കിട്ടാവുന്നതിൽ കൂടുതലാണിത്" എന്ന നിലപാടിൽ ചുരുങ്ങിക്കൂടുകയായിരുന്നു. മുംബൈ ഐ ഐ ടി ക്യാമ്പസ് ഹോസ്റ്റലിൽ താമസിക്കുമ്പോഴൊക്കെ മനസ്സിൽ തോന്നിയിട്ടുള്ളതാണ്, കേരളത്തിലെ ഹോസ്റ്റലുകളുടെ നിയമാവലികൾ ചുട്ടുകരിക്കാൻ സമരം തുടങ്ങണമെന്ന്. ഒടുവിൽ അത് തുടങ്ങിയിരിക്കുന്നു, തിരുവനന്തപുരം ഗവൺമെന്റ് എഞ്ചിനീയറിങ് കോളേജിലെ ലേഡീസ് ഹോസ്റ്റൽ വിദ്യാർത്ഥിനികൾ നടത്തുന്ന "ബ്രേക്ക് ദ കർഫ്യൂ" വലിയൊരു മാറ്റത്തിന്റെ തുടക്കമായി കാണാനാണ് എനിക്കിഷ്ടം. കേരളം മുഴുവൻ ഇതിന്റെ ചലനങ്ങൾ ഉണ്ടാവണമെന്നും ഞാനാഗ്രഹിക്കുന്നു. സ്ത്രീകൾക്ക് ആറ് മണിക്കു ശേഷം റോഡിലിറങ്ങി നടക്കുന്നതിന് അനുവദിക്കാത്ത സമൂഹസാഹചര്യം സ്വാതന്ത്ര്യം കിട്ടി ഇക്കണ്ടകാലമെല്ലാം

കഴിഞ്ഞിട്ടും ഇവിടെ നിലനില്ക്കുന്നു. എവിടെയും സ്ത്രീയെ ഒതുക്കാനുള്ള വടിയായി "സുരക്ഷ" ചിന്ത ഉയരുകയും ചെയ്യും.

കടിക്കുന്ന പട്ടിയെ ചങ്ങലയ്ക്കിട്ട് പൂട്ടിയിട്ട് മനുഷ്യരെ രക്ഷിക്കുന്നതാണ് സാധാരണ രീതി. സ്ത്രീകളുടെ കാര്യത്തിൽ അത് മാറുന്നു. ഉപദ്രവകാരിയായ പുരുഷന്മാരെ പൂട്ടിയിടാനോ നിലയ്ക്ക് നിർത്താനോ അല്ല താല്പര്യം, നിരപരാധികളായ സ്ത്രീകളെ പൂട്ടിയിടാനാണ്. ന്യായങ്ങൾ പലതും നിരത്തും, പഴഞ്ചൊല്ലുകളും - ഇലയും മുള്ളും കഥ ഇപ്പോഴും പറയുന്നവർ ഏറെ.

എളുപ്പവഴി പൂട്ടിയിടലാണ്. അതുകൊണ്ടാണ് നമ്മുടെ വനിതാ ഹോസ്റ്റലുകളുടെ വാതിലുകൾ സന്ധ്യക്ക് 6.30 ന് അടയുന്നത്. പിറ്റേന്ന് രാവിലെയേ പിന്നീട് അവ തുറക്കൂ. ഗവൺമെന്റ് കോളേജ് ഹോസ്റ്റലുകളിൽപോലും ഇതുതന്നെയാണ് രീതി. പച്ചയായ ഭരണഘടനാലംഘനം. ഇതുവഴി പെൺകുട്ടികൾക്ക് നഷ്ടപ്പെടുന്നതെന്തൊക്കെയാണ്?

തിരുവനന്തപുരം എഞ്ചിനീയറിങ് കോളേജിലെ കുട്ടികൾ കണക്ക് നിരത്തുന്നു:

"ആൺകുട്ടികൾക്ക് 9 മണിവരെ ലൈബ്രറിയിലിരുന്ന് വായിക്കാം. ഞങ്ങൾക്ക് ആറര കഴിഞ്ഞാൽ ലൈബ്രറി അപ്രാപ്യം. പ്രോജക്ടുകളുടെ കാര്യത്തിലും ഇതുതന്നെയാണ് അവസ്ഥ. ക്ലാസുകൾ കഴിഞ്ഞ് 6.30 വരെയുള്ള സമയമേ പെൺകുട്ടികൾക്ക് പ്രോജക്ടുകൾക്കായി കിട്ടൂ. പിന്നെയുമുണ്ട് പരാതികൾ - സന്ധ്യക്ക് നഗരത്തിൽ നടക്കുന്ന കലാപരിപാടികളും പ്രഭാഷണങ്ങളും കേൾക്കാൻ, സന്ധ്യയുടെ ഭംഗി കാണാൻ, എന്തിന് അമ്പിളി അമ്മാവനെയും നക്ഷത്രങ്ങളെയും ഒന്നു കാണാൻ - പെണ്ണായതുകൊണ്ട് ഒക്കെയും നിഷിദ്ധം. രാത്രിവണ്ടിക്ക് വീട്ടിൽ പോകണമെങ്കിൽ ആറ് മണിക്കേ ഹോസ്റ്റലിൽ നിന്നിറങ്ങി റെയിൽവേ സ്റ്റേഷനിൽ കാത്തിരിക്കണം. പുലർച്ചെ ട്രെയിനിൽ നിന്നിറങ്ങിയാലും കഥ അതുതന്നെ".

ഇത് ഒരു പെൺഹോസ്റ്റലിന്റെ മാത്രം കഥയല്ല, കേരളമാകെയുള്ള വനിതാഹോസ്റ്റലുകളിലും പേയിങ് ഗസ്റ്റ് അക്കോമഡേഷനുകളിലുമൊക്കെ 6.30 പി എം വളരെ പ്രധാനപ്പെട്ട ഒരു സമയമാണ്, നടയടയ്ക്കുന്ന സമയം.

പഠിക്കാനും വളരാനുമുള്ള അവസരം നിഷേധിക്കുന്നു എന്ന് പറഞ്ഞ് കുട്ടികൾ സമരം ചെയ്യുമ്പോൾ "സുരക്ഷ" എന്ന വാക്കിൽ പിടിച്ചാണ് അധികൃതർ ഇപ്പോഴും നില്ക്കുന്നത്.

ആരാണ് പെൺകുട്ടികൾക്ക് "സുരക്ഷ" ഇല്ലാതാക്കുന്നത്? ഒരിക്കലും അവർ സ്വയം സുരക്ഷിതത്വം നഷ്ടപ്പെടുത്തുന്നില്ല, പെണ്ണിനെ കണ്ടാൽ സ്വയം നഷ്ടമാവുന്ന കുറെ മനോരോഗികൾക്ക് വേണ്ടിയാണ് പെൺകുലത്തെ മുഴുവൻ അടച്ചുപൂട്ടിയിടുന്നത്.

കേരളത്തിലെ വിദ്യാഭ്യാസരംഗത്ത് 75%ത്തോളം പെൺകുട്ടികളാണത്രേ. പഠിപ്പിലും മറ്റുകാര്യങ്ങളിലും മികവ് പുലർത്തുമ്പോഴും പകൽ

ജീവിതം മാത്രമാണ് നമ്മൾ അവർക്ക് നല്കുന്നത്. ഇത് ഇനിയും തുടരുന്നത് കാടത്തമാണ് എന്നാണെനിക്ക് തോന്നുന്നത്. പെൺകുട്ടികൾക്ക് മാത്രമായുള്ള ഹോസ്റ്റൽ നിയമങ്ങൾ സൃഷ്ടിക്കുന്നതിന് പകരം അവർക്ക് സുരക്ഷിതരായി നടക്കാനുള്ള, പഠിക്കാനുള്ള സാഹചര്യം സൃഷ്ടിക്കാനല്ലേ അധികൃതർ നോക്കേണ്ടത്. കാലം കഴിയുന്തോറും പെൺകുട്ടികളുടെ സ്വാതന്ത്ര്യവും മനുഷ്യാവകാശങ്ങളും കുറഞ്ഞുകുറഞ്ഞു വരുന്നതായിട്ടാണ് തോന്നാറുള്ളത്. പഠിത്തത്തിലും ജോലിയിലും മറ്റുമേഖലകളിലുമൊക്കെ കഴിവ് തെളിയിക്കുമ്പോഴും കർശനനിയമങ്ങൾ വഴി പെൺകുട്ടികളെ പിന്നോട്ടുവലിക്കുകയാണ് സമൂഹം. ഹോസ്റ്റലുകൾ മാത്രമല്ല പൂട്ടിയിടപ്പെടുന്നത് എന്ന് ഇന്നലെയുണ്ടായ മറ്റൊരനുഭവം എന്നെ പഠിപ്പിച്ചു.

മുപ്പതുവർഷങ്ങൾക്കുമുമ്പ് തിരുവനന്തപുരത്തെ ഗവൺമെന്റ് വിമൻസ് കോളേജിൽ പഠിക്കുമ്പോൾ കോളേജിലെ മൂന്ന് ഗേറ്റുകളും പകൽ തുറന്നു കിടക്കുന്നവയായിരുന്നു. ഇന്നലെ കോളേജിലെ മരങ്ങളെ ഒന്നു കാണാൻ, പഴയ കെട്ടിടങ്ങൾ കണ്ട് ഓർമ്മകൾ അയവിറക്കാൻ കോളേജിലൊന്ന് കയറാമെന്ന് കരുതി. ഗേറ്റുകളടഞ്ഞുകിടക്കുന്നു - അവിടെ സെക്യൂരിറ്റിക്കാരൻ - അകത്തേക്കും പുറത്തേക്കും പ്രവേശിക്കാൻ അയാളുടെ ദാക്ഷിണ്യത്തിന് ഐഡന്റിറ്റി കാർഡും പിടിച്ച് നില്ക്കുന്ന കുട്ടികൾ - അപ്പോഴെനിക്ക് മനസ്സിലായി ഞങ്ങൾ എത്ര ഭാഗ്യം ചെയ്തവരായിരുന്നു - അന്നനുഭവിച്ച സ്വാതന്ത്ര്യത്തിന്റെയും ആത്മാഭിമാനത്തിന്റെയും ഓർമ്മകൾ - ഇന്നത്തെ കുട്ടികൾക്ക് ഹോസ്റ്റൽ മാത്രമല്ല, കോളേജ് പോലും ജയിലാവുന്നു.

14

പിൻനിരയിലെ രാജ്ഞിമാർ

അപ്പുറത്തെ വീട്ടിലെ പതിനാറ് വയസ്സുകാരി സൗമ്യ സ്കൂൾ വിട്ട് ഓടി വന്നു. അവൾക്ക് എപ്പോഴും സംശയങ്ങളാണ്. തീർത്താൽ തീരാത്തവ. വായിൽ കൊള്ളാത്ത വർത്തമാനം പറയാനും മിടുക്കി. അന്നും എടുത്താൽ പൊങ്ങാത്ത ഒരു ചോദ്യവുമായിട്ടായിരുന്നു വരവ്.

"അടുത്ത ജന്മം ആരാകണം എന്ന് ഈ ജന്മത്ത് തീരുമാനിക്കാൻ പറ്റുമോ?"

"ങും, എന്തു പറ്റി. എന്തിനാണിപ്പോൾ പുനർജ്ജന്മ ചിന്ത?"

"എനിക്ക് അടുത്ത ജന്മവും പെണ്ണായി ജനിക്കണം. ആണായി ജനിക്കാതിരിക്കണം, അതിനെന്താ വഴി?"

ഞാൻ അമ്പരന്നു.

സാധാരണ പെൺകുട്ടികൾ ഇനിയുള്ള ജന്മങ്ങളിലൊക്കെ ആണാകണമെന്ന് പ്രാർത്ഥിക്കുമ്പോൾ ഇവൾക്കിതെന്ത് പറ്റി?

"ഓ ആണായാൽ എന്തൊക്കെ ബുദ്ധിമുട്ടുകളാണ്. പെണ്ണുങ്ങളെ കമന്റടിക്കണം, തോണ്ടണം, നുള്ളണം, വഴിയിലും ബസിലുമൊക്കെ സ്വന്തം അവയവങ്ങൾ പെണ്ണുങ്ങളെ കാണിച്ചു കൊടുക്കണം. ഒറ്റയ്ക്ക് നില്ക്കുന്ന പെണ്ണുങ്ങളോട് 'പോരുന്നോ' എന്ന് ചോദിക്കണം. പെണ്ണുങ്ങളുടെ ശരീരഭാഗങ്ങളുടെ വൃത്തികെട്ട പേരുകളൊക്കെ പഠിച്ച് അവരുടെ മുഖത്ത് നോക്കി പറയണം, അശ്ലീല പാട്ടുകൾ പാടണം, പിന്നെ പീഡിപ്പിക്കണം, ബലാത്സംഗം ചെയ്യണം, പ്രണയിച്ച് പറ്റിക്കണം, ഗർഭമുണ്ടാക്കണം, എന്റമ്മേ എനിക്ക് വയ്യ, ആണാവുന്നത് വലിയ പ്രയാസമാണ്. എനിക്ക് പെണ്ണായാൽ മതി. എപ്പോഴും."

ഞാൻ പൊട്ടിപ്പൊട്ടിച്ചിരിച്ചു.

അവൾക്ക് ദേഷ്യം വന്നു.

“എന്തു പറഞ്ഞാലും തമാശ. ഞാൻ സീരിയസാ. ഇത്രയും വൃത്തി കെട്ട കാര്യങ്ങൾ ആരെങ്കിലും ഇഷ്ടത്തോടെ ചെയ്യുമോ?”

“ആണായതുകൊണ്ട് ചെയ്തു പോകുന്നതല്ലേ? എന്തൊരു കഷ്ട മാണല്ലേ ആണുങ്ങളുടെ കാര്യം. ആണുങ്ങൾ ഭൂമിയിൽ ഉണ്ടായ കാലം തൊട്ടേ ഇങ്ങനെ ആയിരിക്കുമോ? പെണ്ണുങ്ങളെ കണ്ടാൽ ഇളകിപ്പോ കുന്ന വിധത്തിലാണോ ഇവരെ ദൈവം സൃഷ്ടിച്ചിരിക്കുന്നത്? എല്ലാ നാട്ടിലും ആണുങ്ങൾ ഇങ്ങനെ തന്നെയാണോ?”

സൗമ്യ ചോദ്യക്കെട്ടഴിച്ചുകൊണ്ട് എന്നെ വീർപ്പുമുട്ടിച്ചു. ഉത്തരം പറയാനറിയാത്ത ചോദ്യശരങ്ങളിൽ ഞാൻ വിഷമിച്ചു.

അവൾ കോറിയിട്ട ചിന്തകളിൽ തൂങ്ങി നടന്നു ഞാൻ കുറേ നേരം. എനിക്കുമറിയില്ല എന്താണ് പുരുഷൻ എന്ന്, എന്തുകൊണ്ടാണ് ചില പുരുഷന്മാർ ഇങ്ങനെയാവുന്നതെന്ന്. ചില പുരുഷന്മാർക്ക് സ്ത്രീശരീരം എന്തുകൊണ്ട് ബലഹീനതയാവുന്നുവെന്ന്.

“ചിലരുടെ മാനസിക വൈകല്യങ്ങൾ ആവും സൗമ്യക്കുട്ടീ കാ രണം. എല്ലാവരും അങ്ങനെ ആവണമെന്നില്ല.”

“ഉത്തരം തീരെ വീക്കാണ്. കുറെക്കൂടി ആലോചിച്ച് പറയൂ.”

ഞാൻ ആലോചിച്ചു. ശരിയാണ്. എന്തിനാണ് ഇത്ര ധീരരും ശക്തരും ആയ പുരുഷന്മാർ സ്ത്രീ ശരീരത്തിന്റെ മുന്നിൽ പതറിപ്പോ വുന്നത്, ദുർബ്ബലരാവുന്നത്?

സൗമ്യ വീണ്ടും വന്നു.

“എനിക്ക് സഹതാപം തോന്നാറുണ്ട് പല പുരുഷന്മാരോടും. എത്ര വൃത്തികേടുകളാണവർ കാണിക്കുന്നത്. എന്റെ ട്യൂഷൻ സാർ എന്റെ നെഞ്ചിൽ പിടിച്ചതും തുടയിൽ ഞെക്കിയതും ഞാൻ ഇന്നാളിൽ പറ ഞ്ഞില്ലേ. എന്റെ കൂട്ടുകാരികളോടും സാർ അത് കാട്ടി. ഞങ്ങളെല്ലാ വരും അതുകൊണ്ടല്ലേ മാറി സുശീല ടീച്ചറുടെ ക്ലാസിൽ ചേർന്നത്. നന്നായി പഠിപ്പിക്കുന്ന സാറാണ്, പറഞ്ഞിട്ടെന്താ, പെൺപിള്ളേരെ കണ്ടാൽ തീർന്നു.”

ഞാനോർക്കുകയായിരുന്നു. കൈകൊണ്ട്, കണ്ണുകൊണ്ട് എന്തൊക്കെ വെപ്രാളങ്ങളായിരുന്നു, പത്താം ക്ലാസിലെ ട്യൂഷൻ സാറിന്. കണക്ക് പഠിപ്പിക്കാൻ വന്ന സാർ ഒരാഴ്ച കൊണ്ട് പഠിപ്പിക്കൽ നിർത്തി. അമ്മയോട് പറഞ്ഞ് സാറിനെ ഓടിച്ചു വിടുകയായിരുന്നു ഞാൻ.

കാലം മുന്നോട്ടോ, പിന്നോട്ടോ?

പുതിയ തലമുറകൾക്കും അനുഭവങ്ങൾ മാറുന്നില്ല, ഓരോ ദിവ സവും പുരുഷന്മാരുടെ വിക്രിയകൾ ഏറിവരുന്നു എന്നതാണ് ആധു നിക യാഥാർത്ഥ്യം. എത്ര എഴുതിയിട്ടും എത്ര പറഞ്ഞിട്ടും എത്ര ബോധ വല്ക്കരണ ശ്രമങ്ങൾ നടത്തിയിട്ടും തഥൈവ. പുരുഷൻ പുരുഷൻ തന്നെ. സ്ത്രീയുടെ ശരീരം അവളുടെ സ്വന്തമാണെന്നും അവൾക്ക് ഇഷ്ടമല്ലാത്ത ഒരു നോട്ടവും ഒരു വാക്കും അതിന്മേൽ പാടില്ലെന്നും മനസ്സിലാക്കാൻ കഴിയാതെ നടക്കുന്നു ഇന്നും ഒരുപാട് പേർ.

എഴുതി എഴുതി മടുത്തു. പറഞ്ഞ് പറഞ്ഞ് വാക്കുകൾ തേഞ്ഞു. ചിന്തിച്ച് ചിന്തിച്ച് തല പുണ്ണായി. ഇനി സ്ത്രീപീഡനത്തെക്കുറിച്ച് എഴുതില്ല എന്ന് ഉറപ്പിച്ചിരിക്കുമ്പോഴാണ് സൗമ്യയുടെ പുനർജ്ജന്മ ചിന്തകൾ.

"അടുത്ത ജന്മം ആന്റിക്ക് സ്ത്രീയാകണോ, പുരുഷനാകണോ?"

ഞാൻ കുഴങ്ങി. സൗമ്യയുടെ ചോദ്യം എന്റെ ഉള്ളിൽ ചിന്തയുടെ തിരമാലകൾ ഉയർത്തി.

സ്ത്രീയെന്ന നിലയിൽ ഒരു ജീവിതകാലം നേരിട്ട പരിമിതികൾ, പരിധികൾ, അവയിൽനിന്ന് രക്ഷനേടാനുള്ള ഏകവഴി പുരുഷനായി ജനിക്കുകയാണ് എന്നറിയുന്നതിനാൽ ഞാനെങ്ങനെ അതിനാഗ്രഹിക്കാതിരിക്കും? സ്ത്രീശരീരം എനിക്കേകിയ നൂറ് നൂറ് സങ്കടങ്ങൾക്കൊടുവിൽ ഞാനെങ്ങനെ സ്ത്രീയാകാൻ ആഗ്രഹിക്കും? ലോകം മുഴുവൻ യാത്ര ചെയ്യാൻ കൊതിച്ചിട്ട് സ്ത്രീശരീരത്തിന്റെ അതിരുകൾ സ്വയമറിഞ്ഞ് പിന്മാറിയ ഞാൻ കുഴിച്ചിട്ട എന്റെ സ്വപ്നങ്ങൾ അവയോട് പകരം വീട്ടാനാണെങ്കിലും എനിക്കൊരു പുരുഷനാകണ്ടേ? പക്ഷേ, എന്റെ മനസ്സ് പെട്ടെന്ന് കുതറിമാറി, എനിക്ക് സ്ത്രീയായാൽ മതി, നൂറായിരം ജന്മങ്ങളിലും സ്ത്രീയായാൽ മതി. പുരുഷനാകാൻ എന്നെ മോഹിപ്പിക്കുന്നതൊന്നും തന്നെ സ്ത്രീയായിരിക്കുന്നതിന്റെ നന്മകൾക്ക് മേലെയാവുന്നില്ല. എല്ലാ പ്രലോഭനങ്ങൾക്കും അപ്പുറത്ത് എനിക്ക് സ്ത്രീയായിരിക്കാനാണ് ഇഷ്ടം. അപമാനിക്കപ്പെടുന്നവർ ആയിരിക്കുമ്പോഴും അപമാനിക്കുന്നവൾ ആകുന്നില്ലല്ലോ എന്ന് സമാധാനം. സ്നേഹത്തിന് മുന്നിലല്ലാതെ ശരീരത്തിന് മുന്നിൽ ദുർബ്ബലയാകുന്നില്ലല്ലോ എന്നാശ്വാസം.

പുരുഷന്റെ ദൗർബല്യങ്ങൾ കാണുമ്പോൾ അവരെയോർത്ത് സ്ത്രീകൾക്ക് സഹതാപം തോന്നുന്നത് നിസ്സഹായത കൊണ്ടോണോ എന്ന് എനിക്കറിയില്ല. നോവുകൾ ഒരുപാടുണ്ട്. ഇക്കണ്ട കാലത്തിനുള്ളിൽ സ്ത്രീയായതുകൊണ്ട് ശരീരവും മനസ്സും നേരിട്ട അപമാനങ്ങൾ, വെല്ലുവിളികൾ. നോക്കായും വാക്കായും സ്പർശമായും കടന്നെത്തിയ ധാർഷ്ട്യങ്ങൾ പരാതി എഴുതിക്കൊടുത്ത് പരിഹാരം തേടാതെ അവയെ നേരിട്ടത് എന്റേതായ മാർഗ്ഗങ്ങളാലാണ്. തുടക്കത്തിൽതന്നെ കർശനമായ നോട്ടങ്ങളിലൂടെ, വാക്കുകളിലൂടെ, ഭീഷണികളിലൂടെ, മൗനത്തിലൂടെ, അപൂർവ്വം ചിലപ്പോൾ ചെരിപ്പും ബാഗുമുപയോഗിച്ചൊക്കെ കടന്നു കയറ്റങ്ങളെ ചെറുത്തുനിന്നു. തെരുവ് പട്ടികൾ കുരയ്ക്കുമ്പോൾ, ഓരിയിടുമ്പോൾ, കടിക്കാൻ ഓടിക്കുമ്പോൾ, ചുറ്റുമുള്ള പുരുഷ ജല്പനങ്ങളെ, വൈകല്യങ്ങളെ ഞാനതിനൊപ്പമാണ് ചേർത്തു വെക്കുന്നത്.

ഒരു പുരുഷൻ അപമര്യാദയായി പെരുമാറുമ്പോൾ അത് എനിക്കെന്തെങ്കിലും കുറവുള്ളതുകൊണ്ടാണെന്ന് ഞാനൊരിക്കലും ധരിച്ച് വശായിട്ടില്ല. സ്വന്തം മാനസിക വൈകല്യങ്ങളുമായി തെരുവിലിറങ്ങിയ ഒരു പാവം എന്ന് കരുതി ചെരിപ്പെടുത്ത് രണ്ട് തല്ല് കൊടുത്ത് ഞാനെന്റെ പാട് നോക്കി പോകാറാണ് പതിവ്. ഈ അതിജീവനതന്ത്രങ്ങൾ ഇല്ലാ

തെ പത്രപ്രവർത്തകയായി, ഒരുപാട് യാത്ര ചെയ്യേണ്ട ഉദ്യോഗസ്ഥയായി, എഴുത്തുകാരിയായി, എനിക്ക് ഇവിടെ ജീവിക്കാൻ കഴിയില്ലായിരുന്നു.

ഇപ്പോൾ പത്രം വായിക്കുന്നത് ദുഷ്കരമായി മാറിയിരിക്കുന്നു. ഒന്നാം പേജ് മുതൽ അവസാന പേജ് വരെ വരുന്നു സ്ത്രീപീഡന വാർത്തകൾ. അച്ഛനും ചേട്ടനും അപ്പൂപ്പനും ചിറ്റപ്പനും അമ്മാവനും അദ്ധ്യാപകനുമൊക്കെ കാമം കൊണ്ട് വിറയ്ക്കുന്നു. ഒരു വയസ്സായ ശിശു തുടങ്ങി 80 കഴിഞ്ഞ വൃദ്ധകളും ശവശരീരങ്ങളും രോഗപീഡകളായ വലഞ്ഞ സ്ത്രീ ശരീരങ്ങളുമൊക്കെ അറവുമാടുകളേക്കാൾ ഭീകരമായി നിലവിളിക്കുന്നു, ആക്രമിക്കല്ലേ എന്ന്.

ട്രെയിനിലെ ഉദ്യോഗസ്ഥരും ബസിലെ കിളിയും കണ്ടക്ടറും സ്കൂളിലെ മാഷും. കഷ്ടം, നമ്മുടെ പുരുഷന്മാർക്ക് സംഭവിച്ചിരിക്കുന്ന ദുർഗ്ഗതി. ഓരോ സ്ത്രീശരീരത്തിന്റെ മുന്നിലും കൈവിട്ടു പോകുന്ന അവരുടെ നിയന്ത്രണം. നന്മ, മൂല്യങ്ങൾ, ഒരു പോംവഴിയും കാണാതെ അന്തംവിടുകയാണ് സമൂഹ മനസ്സാക്ഷി. ഓരോ സ്ത്രീക്കും ഇത്തരം മനസ്സുള്ള പുരുഷനോട് പറയാൻ ഒന്നുമാത്രമേ ഉള്ളൂ: “സഹോദരാ, എനിക്ക് അറപ്പ് മാത്രമേ തോന്നുന്നുള്ളൂ. സ്നേഹം കൊണ്ട്, പ്രണയം കൊണ്ട്, ഇഷ്ടം കൊണ്ട്, ബഹുമാനം കൊണ്ട് വീക്ഷിക്കപ്പെടേണ്ട ഒന്നാണെനിക്കെന്റെ ശരീരം. അല്ലാതെയുള്ള ഓരോ നോട്ടവും എന്നിൽ വെറുപ്പ് മാത്രമേ ഉണർത്തൂ.” എത്ര പറഞ്ഞിട്ടും, എത്ര എഴുതിയിട്ടും പുരുഷന്റെ മനസ്സ് വൈകൃതങ്ങളിൽനിന്ന് വൈകൃതങ്ങളിലക്ക് പായുന്നതേയുള്ളൂ.

എനിക്കിവിടെ അന്തസ്സോടെ ജീവിക്കണമെന്ന്, വീടിന് പുറത്തുള്ള ലോകത്തും വീടിനുള്ളിലും എനിക്ക് സുരക്ഷിതമായ ഇടം വേണമെന്ന് ഇനിയുമേതു ഭാഷയിലാണ് ഇവിടത്തെ സ്ത്രീ വിളിച്ചു പറയുക? രാവും പകലും പൊതു ഇടങ്ങളിൽ സ്ത്രീയെ മാനസികമായും ശാരീരികമായും പീഡിപ്പിക്കാൻ ശ്രമിക്കുന്ന പുരുഷന്മാരെ പൂട്ടിയിടാൻ നാസി കോൺസൺട്രേഷൻ ക്യാമ്പുകൾ ആരംഭിക്കണമെന്ന് ഏതു അധികാര കേന്ദ്രത്തിലാണ് സ്ത്രീ ആവശ്യപ്പെടുക?

പുരുഷകേന്ദ്രീകൃതമായ ജീവിതാവസ്ഥകളിൽനിന്ന് തെന്നി മാറി, സ്ത്രീകൾ സ്വന്തം ജീവിത ഭൂമികകൾ സൃഷ്ടിച്ച് ജീവിക്കാൻ ശ്രമിക്കുന്ന കാലം കൂടിയാണിത്. ബുദ്ധിമുട്ടാണ്, പലർക്കും. സ്വാഭിമാനം സംരക്ഷിക്കാൻ ആഗ്രഹിക്കുന്ന ഒരു സ്ത്രീക്കും താങ്ങാനാവില്ല, അവളുടെ സ്വത്വത്തിന് നേരെയുള്ള കടന്നുകയറ്റങ്ങൾ. ബലം പ്രയോഗിച്ച് നേടിയെടുക്കുമ്പോൾ പുരുഷ സഹോദരന്മാർക്ക് എന്ത് നിർവൃതിയാണ് ലഭിക്കുന്നത് എന്നെനിക്കറിയില്ല?

പുരുഷന് ഇന്നും പഴയ നായാട്ടുകാരന്റെ മനസ്സ് കൈവിട്ടുപോയിട്ടില്ല, വെട്ടിപ്പിടിക്കാൻ, ആക്രമിച്ച് കീഴ്പ്പെടുത്താൻ വെമ്പുന്ന ആ മനോഭാവത്തോടെ പുരുഷൻ പെരുമാറുമ്പോൾ ഓരോ സ്ത്രീയും ഓരോ പെൺകുഞ്ഞും ആഗ്രഹിച്ചു പോവുന്നു: “ഞങ്ങൾക്കിങ്ങനെ ആവണ്ട,

ഇത്ര അധഃപതിക്കാൻ ഞങ്ങൾക്ക് വയ്യ. ഞങ്ങൾക്ക് സ്നേഹം കരുതലാണ്, കാരുണ്യമാണ്, അംഗീകരിക്കലാണ്, ബഹുമാനിക്കലാണ്, ആരാധിക്കലാണ്. ആഴങ്ങളിൽ കാത്തുവയ്ക്കുന്ന മുത്താണ്. അതറിഞ്ഞതിനാൽ ഞങ്ങൾക്ക് നിങ്ങളോട് തോന്നുന്നത് സഹതാപമാണ്, സഹതാപം കൊണ്ട് ഓരോ വട്ടവും മാപ്പ് കൊടുക്കുമ്പോഴും ഞങ്ങൾ ആഗ്രഹിച്ചുപോവുന്നു, അടുത്ത ജന്മത്തിൽ അബദ്ധത്തിൽപോലും ഇങ്ങനെയുള്ള വൈകല്യങ്ങൾ നിറഞ്ഞ ഒരു പുരുഷനാകണ്ട. പരിമിതികളുടെ ഉള്ളിലാണെങ്കിൽ പോലും സ്ത്രീജീവിതത്തിന്റെ നന്മകൾ മതി.”

15

പിന്നോട്ട് പായുന്ന കാലം

അനുക്കുട്ടി ഫ്ളാറ്റ് വാടകയ്ക്ക് എടുക്കുമ്പോഴേ പറഞ്ഞു:

"ഇനി വരുമ്പോൾ താമസം എന്റൊപ്പം. ഒരു എക്സ്ക്യൂസും അനുവദിക്കില്ല."

ട്രെയിനിറങ്ങി ഓട്ടോപിടിച്ച് വഴി കണ്ടുപിടിച്ച് ഫ്ളാറ്റിലെത്തി. സെക്യൂരിറ്റിയുടെ അഭിമുഖം. പൊലീസ് മുറയിൽ ചോദ്യങ്ങൾ.

ആര്?

ആരെക്കാണാൻ?

എവിടെ നിന്ന്?

ബന്ധമെന്ത്?

ഇതെന്തിങ്ങനെ? ജയിൽ പുള്ളിയോ? ബയോഡേറ്റ ചോദിച്ചറിഞ്ഞ് സെക്യൂരിറ്റി അകത്തേക്ക് കടത്തിവിട്ടു. ലിഫ്റ്റിന് മുന്നിൽ ഞെട്ടി നിന്നു.

"കറന്റില്ല."

"ജനറേറ്റർ കേടാണ്" - സെക്യൂരിറ്റി മുന്നറിയിപ്പ്.

അപ്പോൾ ഏഴ് നില ചവിട്ടി കയറണം. ബാഗും തൂക്കി അഭ്യാസം തുടങ്ങി. ഒന്നാം നിലയിൽ എത്തിയപ്പോൾ ഹൗസ് കോട്ടൊക്കെയിട്ട് ഉറക്കപ്പായിൽ നിന്നൊരു സ്ത്രീ എഴുന്നേറ്റ് വന്ന് ചോദിച്ചു.

"എങ്ങോട്ട്?"

സന്തോഷം തോന്നി. എന്തൊരു സ്നേഹമുള്ള അന്തരീക്ഷം. അപരിചിതരോട് പോലും കുശലാന്വേഷണം. വിവരം പറഞ്ഞ് പടി കയറി.

"ആരാന്നാ പറഞ്ഞത്?" അവർ വീണ്ടും.

"അനുക്കുട്ടീടെ ചിറ്റയാ."

അനുക്കുട്ടി സുരക്ഷിതമായ ഒരിടത്താണ് താമസം.

സമാധാനം തോന്നി.

മൂന്നാം നിലയിൽ നില്ക്കുന്നു പുരുഷനൊരുത്തൻ.

"എവിടേക്ക്?"

ഫ്ളാറ്റ് നമ്പർ പറഞ്ഞു.

"നിങ്ങൾക്കെന്താ പണി?"

എനിക്കാ ചോദ്യം ഇഷ്ടമായില്ല.

"അത് നിങ്ങളെന്തിന് അറിയുന്നു?"

"അവിടെ താമസിക്കുന്ന കുട്ടിയുടെ ആരാണ് നിങ്ങൾ?" നേരത്തേ തോന്നിയ സമാധാനം ഇല്ലാതാവുന്നതു അറിഞ്ഞു.

അയാളുടെ ചോദ്യം ചെയ്യലിന് നിന്ന് *കൊടുക്കേണ്ട കാര്യമില്ലെന്ന്* തീരുമാനിച്ച് ഞാൻ പടി കയറി. വാതിൽ തുറന്ന് അനുക്കുട്ടി പറഞ്ഞു.

"സോറി, ഏഴ് നില ചവിട്ടിച്ചതിൽ."

"അതിലും പ്രയാസമായിരുന്നു ഓരോ നിലയിലുമുള്ള ദ്വാരപാല കന്മാരുടെ അഭിമുഖം."

കാര്യം കേട്ടപ്പോൾ അവൾ പൊട്ടിച്ചിരിക്കാൻ തുടങ്ങി.

"ഇന്നത്തേക്ക് അവർക്ക് വേണ്ടത് കിട്ടി. ചർച്ചയ്ക്ക് വിഷയമായി. ഉറക്കമില്ലാത്ത ഒരു രാത്രിക്ക് നമുക്ക് ആശംസകൾ നേരാം."

അനുക്കുട്ടി പിന്നീട് പറഞ്ഞത് രസകരമായ ഒരു കഥയായിരുന്നു.

പത്രപ്രവർത്തകയായ അനുക്കുട്ടി നഗരത്തിലെത്തി ജോലിയിൽ ചേർന്ന് കഴിഞ്ഞ് ആദ്യം ചെയ്തത് ഹോസ്റ്റൽ തപ്പുകയായിരുന്നു.

"മുറികളുണ്ട്, തരുകയും ചെയ്യാം. പക്ഷേ, 7 മണിക്ക് ഗേറ്റട യ്ക്കും."

"ഞാൻ പത്രത്തിലാണ് ജോലി ചെയ്യുന്നത്. ഷിഫ്റ്റ് തുടങ്ങുന്നത് 5 മണിക്ക്. പതിനൊന്ന് കഴിയാതെ മടങ്ങി വരാനാവില്ല."

"സോറി, നോ മുറി."

ഹോസ്റ്റൽ വാർഡന്മാരൊക്കെ ഒരേ മറുപടി തന്നെ പറഞ്ഞു.

പിന്നെ വീട് തേടലായി. ഒറ്റയ്ക്ക് പെൺകുട്ടിക്ക് വീട് നല്കാൻ -

"സോറി, മറ്റ് ചില അസൗകര്യങ്ങൾ കാരണം നോ വീട്."

അനുക്കുട്ടി വലഞ്ഞു.

അപ്പോഴാണ് മുമ്പ് കൂടെ പഠിച്ച ഒരു കൂട്ടുകാരിയെ കണ്ടത്. പൂജ. അവളുടെ ബന്ധുവിന്റെ ഒരു ഫ്ളാറ്റ് ഉണ്ട്. ബന്ധു അമേരിക്കയിൽ. ഷെയർ ചെയ്ത് വാടകയ്ക്ക് താമസിക്കാം. കൂട്ടുകാരി ഐ ടി കമ്പനി യിൽ സോഫ്റ്റ്വെയർ എഞ്ചിനീയർ. അവൾക്കും രാത്രി ഷിഫ്റ്റുകൾ.

താമസം തുടങ്ങി.

ഫ്ളാറ്റിലെ മറ്റ് താമസക്കാർ പരിചയപ്പെടാനെത്തി. സന്തോഷം. മിടുക്കികളായ പെൺകുട്ടികൾ. ഓഫീസും ജോലിയും ഫ്ളാറ്റ് ജീവി തവും സസന്തോഷം മുന്നോട്ടു പോകവെ പൂജയ്ക്ക് അവൾ പ്രവർത്തി ക്കുന്ന പ്രോജക്ടിൽ ചില പ്രശ്നങ്ങൾ. അവളുടെ അമേരിക്കൻ അധി കാരികൾ അവിടിരുന്ന് ചന്ദ്രഹാസമിളക്കി. പകൽ വീട്ടിലിരുന്ന് പ്രോജക്ട് ശരിയാക്കി രാത്രി ഇന്റർനെറ്റ് വഴി അമേരിക്കയിലേക്ക് അയച്ചേ തീരൂ.

ഒപ്പം ജോലി ചെയ്യുന്ന രണ്ട് സുഹൃത്തുക്കൾ (പുരുഷന്മാർ) സഹായിക്കാനായി ഫ്ളാറ്റിലെത്തി. സെക്യൂരിറ്റി പേരും നാളും ജാതകവും എഴുതിവാങ്ങി. കൊടുത്തു, അതാണല്ലോ ഫ്ളാറ്റ് നിയമം.

കുറച്ച് കഴിഞ്ഞപ്പോൾ സെക്യൂരിറ്റി വന്ന് ബെല്ലടിച്ചു. കാര്യം തിരക്കിയപ്പോൾ "വെറുതെ" എന്ന് മറുപടി.

ഒന്നാം നിലയിലെ ആന്റി പതിവില്ലാതെ സൗഹൃദസന്ദർശനത്തിന് വന്നു. കമ്പ്യൂട്ടറിന് മുന്നിൽ കുത്തിയിരുന്ന് പണിയെടുക്കുന്ന പൂജയെയും സുഹൃത്തുക്കളെയും ഒന്ന് നോക്കി മടങ്ങി. പിന്നീടുള്ള രണ്ട് മൂന്ന് ദിവസങ്ങളിലും പൂജയുടെ സുഹൃത്തുക്കൾ അവളെ സഹായിക്കാൻ വന്നു.

ഭൂകമ്പം.

ഫ്ളാറ്റ് കുലുങ്ങി.

ഫ്ളാറ്റിന്റെ സൽപ്പേര് തകരുന്നു,

സദാചാരം ഇടിഞ്ഞു വീഴുന്നു.

ഫ്ളാറ്റ് അസോസിയേഷൻ സെക്രട്ടറി കാണാനെത്തി.

"ഈ പരിപാടി ഇവിടെ നടപ്പില്ല. വേറെ സ്ഥലം നോക്കണം."

"എന്തു പരിപാടി?"

പൂജയും അനുക്കുട്ടിയും ചോദിച്ചു.

"ഇവിടെ ആൺപിള്ളേർ വരുന്നു."

"അവർ ആൺപിള്ളേർ അല്ല, എന്റെ സുഹൃത്തുക്കളാണ്."

"ഇവിടെ പറ്റില്ല. ഇത് മാനം മര്യാദയായിട്ടുള്ളവർ ജീവിക്കുന്ന സ്ഥലമാണ്."

പൂജയ്ക്ക് കലി കയറി.

"ഞങ്ങളിവിടെ പ്രോജക്ട് ചെയ്യുന്നത് മാനം മര്യാദയില്ലാത്തതാകുന്നത് എങ്ങനെ? നിങ്ങൾ അതിര് വിടുന്നു."

"വേലി ചാട്ടക്കാരികളെ ഇവിടെ പറ്റില്ല."

സെക്രട്ടറി അന്ത്യശാസനം നല്കി മടങ്ങി.

25 വയസ്സിന് താഴെ പ്രായമുള്ള പെൺപിള്ളേർ. അവരതുവരെ പഠിച്ചത് മിക്സഡ് കോളേജുകളിൽ. ആൺ പെൺ വ്യത്യാസം സൗഹൃദങ്ങളിൽ അറിയാത്തവർ. പുതിയ തലമുറയുടെ സ്വാതന്ത്ര്യബോധമുള്ളവർ. പുതിയ തൊഴിലുകൾ ചെയ്യുന്നവർ.

അനുക്കുട്ടി ഒരുപാട് നാളായി ഒരു സിനിമയുടെ കഥയുമായി നടക്കുന്നു. അത് തിരക്കഥയാക്കി, ഷോർട്ട് ഫിലിം ചെയ്യാൻ അവൾ തീരുമാനിച്ചു. അച്ഛൻ പണം കൊടുക്കാമെന്നേറ്റു. തിരക്കഥയെഴുതാനും സംവിധാനത്തിന് സഹായിക്കാനും അവൾ ചില സുഹൃത്തുക്കളെ ഒപ്പം കൂട്ടി. കഷ്ടകാലത്തിന് അവരിൽ ആൺപിള്ളേരും ഉണ്ടായിരുന്നു. (സിനിമയുടെ ലോകം ഇപ്പോഴും പുരുഷന്റേതാണല്ലോ.)

വൈകിട്ട് പത്രമോഫീസിൽ പോകുംമുമ്പ് സിനിമയുടെ ജോലികൾ ചർച്ച ചെയ്യാൻ അനുക്കുട്ടിയുടെ സുഹൃത്തുക്കൾ എത്തി.

ഫ്ളാറ്റ് സെക്രട്ടറി അടിയന്തര യോഗം വിളിച്ചു. എത്രയും വേഗം

പെൺപിള്ളേർ ഫ്ളാറ്റ് മാറണം എന്ന് പ്രമേയം പാസാക്കി.

സ്വന്തം ജോലി ചെയ്യാൻ തടസ്സമുണ്ടാക്കാതെ പൊയ്ക്കോളാൻ അനുക്കുട്ടിയും പൂജയും സെക്രട്ടറിക്ക് അന്ത്യശാസനം നല്കി. ഫ്ളാറ്റുടമ അമേരിക്കയിൽനിന്ന് സെക്രട്ടറിയെ വിളിച്ച് പറഞ്ഞു.

"എന്റെ ഫ്ളാറ്റിലെ താമസക്കാരുടെ കാര്യം ഞാൻ നോക്കിക്കൊള്ളാം. നിങ്ങൾ ഇടപെടേണ്ട."

ഫ്ളാറ്റ് സെക്രട്ടറി ഉണ്ടോ അടങ്ങുന്നു. "സദാചാരം" വിട്ടൊരു പരിപാടി അദ്ദേഹത്തിനില്ല. രഹസ്യമായി അയാൾ പെൺപിള്ളേരോട് പറഞ്ഞു.

"ഞാനും ഇടയ്ക്ക് വന്നോട്ടെ? എങ്കിൽ പ്രശ്നമുണ്ടാക്കാതെ താമസിപ്പിക്കാം."

അച്ഛന്റെ പ്രായമുള്ള സെക്രട്ടറിയുടെ നിർദ്ദേശം കേട്ട് പെൺപിള്ളേർ ഞെട്ടി.

"അന്ന് മുതൽ ഞങ്ങളുടെ ഫ്ളാറ്റിൽ വരുന്നവരെയും പോകുന്നവരെയും ചോദ്യം ചെയ്യാനും അപമാനിക്കാനും തുടങ്ങി. സെക്യൂരിറ്റിക്ക് പ്രത്യേക നിർദ്ദേശമാണ്, ഇവിടെ വരുന്നവരുടെ വിശദവിവരങ്ങൾ എഴുതി വാങ്ങണമെന്ന്. വരുന്നവരോട് മോശമായി പെരുമാറാൻ സെക്രട്ടറിയും പുള്ളിയുടെ ചില ഇഷ്ടക്കാരും ഉണ്ട്."

"ഇങ്ങോട്ട് വരുമ്പോൾ ചോദ്യം ചെയ്യപ്പെട്ടതൊക്കെ അതുകാരണമാണ്. ഞങ്ങൾ പുറത്തു പോകുമ്പോൾ, മടങ്ങി വരുമ്പോൾ ഒക്കെ ദുസ്സൂചനയോടെയുള്ള നോട്ടങ്ങളും സംസാരങ്ങളും സഹിക്കണം."

"എന്നിട്ട് നിങ്ങൾ എന്തേ മാറാത്തത്?"

"എവിടെ മാറാൻ, കേരളത്തിൽ എവിടെ താമസിച്ചാലും ഇതു തന്നെയാവും അനുഭവം. സ്ത്രീ പുരുഷ ബന്ധങ്ങൾക്ക് ഒറ്റ ഭാവമേ ഉള്ളൂവെന്നല്ലേ നമ്മുടെ സമൂഹം വിചാരിക്കുന്നത്."

"എന്നിട്ട് നിങ്ങളുടെ പുരുഷ സുഹൃത്തുക്കളെ നിങ്ങൾ ഇവിടെ വരുന്നതിൽനിന്നും വിലക്കിയോ?"

ഞാൻ ചോദിച്ചു.

"എന്തിന്. പ്രൊഫഷണലായും ക്രിയാത്മകമായുമുള്ള ഇടപെടലുകൾക്ക് വിലക്ക് കല്പിക്കാൻ ഇവരാരാണ്? ഞങ്ങൾക്ക് ഞങ്ങളുടെ കൂട്ടുകാരെ അറിയാം. പുതിയ കാലത്ത് പല മേഖലകളിലും സ്ത്രീകൾക്ക് കടന്നു ചെല്ലണമെങ്കിൽ പുരുഷന്മാരുടെ ഒപ്പം പ്രവർത്തിക്കേണ്ടി വരും. ഇത്തരം 'ഉമ്മാക്കി'കൾ കണ്ട് പേടിക്കാൻ ഞങ്ങൾക്കാവില്ല. ഞങ്ങൾ വാടക കൊടുക്കുന്ന വീട്ടിൽ ആര് വരണം, വരണ്ട എന്ന് തീരുമാനിക്കേണ്ടത് ഞങ്ങളല്ലേ? മാനസികമായി ഇവിടെ താമസിക്കുന്നത് പീഡനപരമാണ്. പക്ഷേ, മറ്റെന്താണ് പോംവഴി?"

മുമ്പൊരിക്കൽ നഗരത്തിലെ പ്രശസ്തമായ ഫ്ളാറ്റിൽ താമസിക്കുമ്പോൾ എന്നെക്കാണാൻ ധാരാളം സ്ത്രീകൾ വരുന്നുവെന്ന് പറഞ്ഞ് ഫ്ളാറ്റിലെ സെക്യൂരിറ്റി മാനേജർ പ്രശ്നമുണ്ടാക്കിയത് ഓർമ്മ വന്നു.

"പൊലീസ് എന്നും റിപ്പോർട്ട് ചോദിക്കുന്നുണ്ട്. സ്ത്രീകൾ ഒരു പാട് വരുന്നു പോകുന്നു എന്ന് റിപ്പോർട്ട് ചെയ്താൽ മാഡത്തിന് ബുദ്ധി മുട്ടാവും. അതുകൊണ്ട് സന്ദർശകരെ നിയന്ത്രിക്കണം."

ഞാനന്ന് പൊട്ടിച്ചിരിച്ചുപോയി. കേരളത്തിലെ പ്രമുഖ സ്ത്രീവാദി കളും പത്രപ്രവർത്തകകളും എഴുത്തുകാരികളുമൊക്കെയടങ്ങുന്ന എന്റെ സന്ദർശകകളോട് ഇക്കാര്യം പറഞ്ഞ് പലവട്ടം ചിരിക്കുകയും ചെയ്തു.

പക്ഷേ, അതുപോലെ ലളിതമല്ല അനുക്കുട്ടിയുടെ ഫ്ളാറ്റിലെ ജീവിതം.

ഷഹീദ് ബാവ, തെസ്നിഖാൻ - പിന്നെ അറിഞ്ഞും അറിയാതെയും അപമാനിതരാകുന്ന നിരവധി സ്ത്രീ പുരുഷന്മാർ - കേരളം വളരുക യാണ്.

നാളെ ഫ്ളാറ്റ് റെസിഡന്റ്സ് അസോസിയേഷൻ ഒരു പരാതി എഴുതി കൊടുത്ത് അനുക്കുട്ടിയെയും കൂട്ടുകാരികളെയും പൊലീസിനെ കൊണ്ട് പിടിപ്പിച്ചാൽ?

ഞാൻ അഭിഭാഷക സുഹൃത്തിനെ വിളിച്ചു.

"നിയമപ്രകാരം കുറ്റകരമായതൊന്നും അല്ല അവർ ചെയ്യുന്നത്. ആകെയുള്ള ഒരു നിയമം ഇമ്മോറൽ ട്രാഫിക് (പ്രിവൻഷൻ) ആക്ട് 1956 (Immoral Traffic Prevention Act 1956) ആണ്. ഒരു സ്ത്രീ പണ ത്തിനുവേണ്ടി ലൈംഗിക ബന്ധത്തിൽ ഏർപ്പെടുന്നതിനെ 4-ാം വകു പ്പിൽ വേശ്യാവൃത്തി (Prostitution) എന്ന് നിർവ്വചിച്ചിട്ടുണ്ട്. കുട്ടികളെ ബുദ്ധിമുട്ടിലാക്കാൻ വേണമെങ്കിൽ ഈ നിയമം എടുത്തുകൊണ്ടു വരാം. പക്ഷേ, നിലനില്ക്കില്ല. തെളിയിക്കാൻ പറ്റില്ല."

അഭിഭാഷക സുഹൃത്ത് ഒന്നു കൂടി പറഞ്ഞു.

"ഇന്ന് സദാചാരത്തിന്റെ പേരിൽ ഇവിടെ നടക്കുന്ന കേസുക ളൊക്കെ നിയമസാധുത ഇല്ലാത്തതാണ്. ഒക്കെ കോടതിയിൽ തള്ളി പ്പോകുകയാണ് പതിവ്. സദാചാര പൊലീസുകാർ നടത്തുന്ന ഗുണ്ടാ യിസം - അത് മാത്രമാണ് ഇതൊക്കെ."

എന്നിട്ടും എനിക്ക് പേടിയായി. അനുക്കുട്ടിയുടെയും കൂട്ടുകാരിക ളുടെയും ഭാവിയിൽ കരിനിഴൽ വീഴ്ത്താൻ ഫ്ളാറ്റ് സെക്രട്ടറി തുനി ഞ്ഞിറങ്ങുമോ എന്ന് ദുഃസ്വപ്നങ്ങൾ! ഭീതി പങ്കുവച്ചപ്പോൾ ഒരു ചങ്ങാതി തുറന്നു പറഞ്ഞു.

"സദാചാരത്തെക്കുറിച്ചോ മൂല്യത്തകർച്ചയെക്കുറിച്ചോ ഒന്നുമുള്ള വേവലാതിയല്ലിത്, വെറും അസൂയ, കുശുമ്പ് - എനിക്ക് കിട്ടാത്തത് മറ്റൊരുത്തൻ അനുഭവിക്കുന്നോ എന്ന ആധി."

സ്ത്രീയും പുരുഷനും ഒന്നിച്ചിരുന്നാൽ, നടന്നാൽ, യാത്ര ചെയ് താൽ അപകടമാണെന്ന് എവിടെയാണ് പറഞ്ഞിരിക്കുന്നത് എന്ന് കണ്ടെ ത്താൻ ഭരണഘടന എന്താണ് പറയുന്നത് എന്ന് നോക്കാമെന്ന് തോന്നി.

വ്യക്തിസ്വാതന്ത്ര്യത്തെക്കുറിച്ച് ഭരണഘടനയുടെ അനുച്ഛേദം 21

(Artcile 21) വ്യക്തമായി പ്രഖ്യാപിച്ചിരിക്കുന്നത് രാജ്യത്ത് നിലവിലുള്ള നിയമങ്ങൾക്ക് വിധേയമല്ലാതെ ഒരു വ്യക്തിയുടെയും വ്യക്തിസ്വാതന്ത്ര്യത്തെ നിഷേധിക്കാനോ ഹനിക്കാനോ പാടുള്ളതല്ല എന്നാണ്.

സ്വാതന്ത്ര്യം, വ്യക്തിസ്വാതന്ത്ര്യം, മനുഷ്യ സ്വാതന്ത്ര്യം, മാനുഷികാവകാശങ്ങൾ ശരീരാധിഷ്ഠിതമായ കാഴ്ചപ്പാടുകളിൽപ്പെട്ട് ഈ വാക്കുകൾക്കൊക്കെ അർത്ഥവ്യത്യാസം വന്നു ഭവിച്ചുകൊണ്ടിരിക്കുകയാണിന്ന്. പെണ്ണും ആണും ഒന്നിച്ചിരുന്നാൽ പോകുന്ന സദാചാരം - ദൂരദർശിനികൾ, ക്യാമറക്കണ്ണുകൾ സൂം ലെൻസുകളോടെ നോക്കിക്കൊണ്ടേയിരിക്കുകയാണ്, മുന്നോട്ട് പോകുന്ന കാലത്തിന്റെ കാഴ്ച അവയിൽ പ്രതിഫലിക്കുന്നില്ല, പിന്നോട്ട്, ഏറെ പിന്നോട്ട് പോകുകയാണ് കാഴ്ചകൾ.

16

പെണ്ണുങ്ങൾ ചക്രം ചവിട്ടുമ്പോൾ

അർദ്ധരാത്രിയാണ് പുതുക്കോട്ടയിലെത്തിയത്. പിറ്റേന്ന് രാവിലെ തന്നെ സൈക്കിളുകൾ തേടിയിറങ്ങി,. കോളേജുകളിലേക്കും സ്കൂളുകളിലേക്കും പോകുന്ന പെൺകുട്ടികളുടെ കൂട്ടങ്ങൾ. സൈക്കിളുകൾ, സൈക്കിളുകൾ പെൺകുട്ടികൾ - നഗരത്തിരക്ക് കൂടി.. സൈക്കിളുകളിലും മോപ്പഡുകളിലും സ്കൂട്ടറുകളിലും സ്ത്രീകൾ തലങ്ങും വിലങ്ങും പാഞ്ഞു.

അന്നവാസൽ പഞ്ചായത്ത് യൂണിയൻ ഓഫീസിലെ സെക്ഷൻ ഓഫീസർ ഇളവരശി വസന്തൻ പറഞ്ഞു:

"പുതുക്കോട്ടയിലെ പെണ്ണുങ്ങൾ മറ്റിടങ്ങളിലെ പോലെ അല്ല. എന്തു കാര്യം നടത്താനും അവർ തന്നെ വരും. ആണുങ്ങളെ പുറത്തു പറഞ്ഞുവിട്ട് വീട്ടിലിരിക്കുന്ന രീതി ഇവിടെ ഇല്ലേ ഇല്ല. പഞ്ചായത്ത് ഓഫീസിലും മറ്റിടങ്ങളിലുമൊക്കെ ധൈര്യത്തോടെ കടന്നുവന്ന് കാര്യങ്ങൾ അന്വേഷിക്കാനും നടത്തിയെടുക്കാനുമുള്ള പ്രാപ്തി അവർക്ക് ഇന്നുണ്ട്. കുടുംബത്തിലും സമൂഹത്തിലും അവർ ശക്തി തെളിയിച്ചു കഴിഞ്ഞു.

1995 ൽ *നല്ലൊരു വരൾച്ചയെ എല്ലാവരും ഇഷ്ടപ്പെടുന്നു* എന്ന പുസ്തകത്തിൽ പ്രശസ്ത പത്രപ്രവർത്തകൻ പി സായ്നാഥ് പുതുക്കോട്ടയിലെ സ്ത്രീകൾ സൈക്കിൾ ഓടിക്കാൻ പഠിച്ച് സ്വതന്ത്രരായതിനെക്കുറിച്ച് എഴുതിയിട്ടുണ്ട്. "ഗ്രാമങ്ങളിലെ സ്ത്രീകൾക്ക് ഇതെത്രമാത്രം പ്രാധാന്യമേറിയതാണെന്ന് മനസ്സിലാക്കുന്നതിൽ ആളുകൾ പരാജയപ്പെടുകയാണ്. ഇവിടത്തെ സ്ത്രീകളെ സംബന്ധിച്ചിടത്തോളം ഇത് വിമാനം പറത്തുന്നതുപോലെ ഒരു വലിയ ഹിമാലയൻ നേട്ടമാണ്." അതു വായിച്ചാണ് പുതുക്കോട്ടയ്ക്ക് വണ്ടി കയറിയത്. സൈക്കിൾ പഠനം പുതുക്കോട്ടയിലെ സ്ത്രീകളെ എവിടെ എത്തിച്ചു എന്നറിയാനുള്ള കൗതുകം.

78 ## സാനിട്ടറി പാഡിന്റെ അന്തിമരഹസ്യം

കെ എ ബീന

"പണ്ട് പണ്ട് എന്ന് പറഞ്ഞാൽ ഏതാണ്ട് ഇരുപത് വർഷം മുമ്പ് തമിഴ്നാട്ടിലെ പുതുക്കോട്ടയിലെ പെണ്ണുങ്ങൾ വീട്ടിലാരെങ്കിലും വന്നാൽ അടുക്കളയ്ക്കുള്ളിൽ ഒളിക്കുന്ന, വീടിന് പുറത്തിറങ്ങാൻ മടിക്കുന്നവരായിരുന്നു. നാട്ടിലെ സ്ത്രീകളെയും പുരുഷന്മാരെയും പുരോഗതിയുടെ വഴിയിലേക്ക് കൊണ്ടുവരാനായി അവിടൊരു പ്രസ്ഥാനമുണ്ടായിരുന്നു. "അറിവൊളി ഇയക്കം"എന്ന സാക്ഷരതാ പ്രസ്ഥാനം. പുരുഷന്മാർ താല്പര്യത്തോടെ അക്ഷരാഭ്യാസം നേടാനെത്തി. സ്ത്രീകൾ തലയിൽ സാരിത്തുമ്പു മൂടി അടുക്കളമൂലയിൽ തന്നെ ഇരുന്നു.

അന്നത്തെ പുതുക്കോട്ട കളക്ടർ ഷീലാ റാണി ചുങ്കത്ത് സ്ത്രീകളെ പുറത്തുകൊണ്ടുവരാനും സാക്ഷരരാക്കാനും നിരവധി മാർഗ്ഗങ്ങൾ തേടി. അതിലൊന്നായിരുന്നു സൈക്കിൾ ഓടിക്കാൻ പഠിപ്പിക്കൽ. സൈക്കിൾ ഓടിക്കുന്നത് സ്വാതന്ത്ര്യത്തിന്റെയും സ്വാഭിമാനത്തിന്റെയും സഞ്ചാരസ്വാതന്ത്ര്യത്തിന്റെയും സൂചകമായി 'അറിവൊളി ഇയക്കം' കാർ എടുത്തുകാട്ടി. സ്ത്രീകൾക്ക് പ്രോത്സാഹനത്തിന് നിരവധി പരിപാടികൾ ആവിഷ്കരിച്ചു. ഇവയുടെയൊക്കെ ഫലമായി ലക്ഷക്കണക്കിന് സ്ത്രീകൾ സൈക്കിൾ പഠിക്കാനെത്തി. ഒരു നാട് മാറ്റത്തിന്റെ വഴിയിലേക്ക് കുതിക്കുകയായിരുന്നു. ഇരുപതു വർഷം മുമ്പത്തെ ആ കഥ ഇന്ന് എവിടെ എത്തി നില്ക്കുന്നു, അന്ന് സ്ത്രീകൾക്ക് സൈക്കിൾ ഓടിക്കാൻ നേതൃത്വം നല്കിയ കണ്ണമ്മാൾ ഇപ്പോൾ എന്തുചെയ്യുന്നു, പുതുക്കോട്ടയിലെ സ്ത്രീകൾ പുരോഗതിയുടെ പാതയിലേക്ക് ചക്രങ്ങൾ ഉരുട്ടിയെത്തിയോ എന്നൊക്കെ അറിയാനാണ് ഈ യാത്ര.

1991 ൽ അറിവൊളി ഇയക്കം അക്ഷരവെളിച്ചവുമായി എത്തുമ്പോൾ വോളന്റിയർ ആയി പ്രവർത്തിച്ച പാണ്ഡ്യൻ പെണ്ണുങ്ങൾ വെളിയിലേക്കിറങ്ങാത്ത കാലത്ത് "ആട്ടവും പാട്ടും ഒക്കെ അവരെ ആകർഷിക്കാൻ ശ്രമിച്ച" കഥ പറഞ്ഞു:

"അറിവൊളി ഇയക്കം ജാതി, മതചിന്തകൾക്കെതിരെ പൊരുതി. ഒരുമിച്ചിരുന്ന് ഭക്ഷണം കഴിക്കാൻ ആളുകളെ പ്രേരിപ്പിച്ചു. അറിവൊളി പ്രവർത്തകർ ജാതി നോക്കാതെ വീടുകളിൽ പോയി ആഹാരം കഴിച്ചു കാണിച്ചു. ഇപ്പോൾ റോഡിൽ കണ്ടില്ലേ, എത്രമാത്രം മുസ്ലീം സ്ത്രീകളാണ് ഇരുചക്ര വണ്ടികൾ ഓടിക്കുന്നത്."

സെക്കന്ററി സ്കൂൾ ടീച്ചറായ ഫാത്തിമ പറഞ്ഞു:

"സൈക്കിൾ പഠിക്കുമ്പോൾ കരുതിയില്ല, ഇത്രയേറെ സ്വാതന്ത്ര്യം നല്കുമെന്ന്. ആരെയും ആശ്രയിക്കേണ്ട, ഇതെന്റെ ജീവിതം മാറ്റിക്കളഞ്ഞു."

"ഈ മായികതകളെ ഒഴിവാക്കുക,
നിങ്ങൾക്കെതിരെ അവർ കൊണ്ടുവരുന്ന
ദുരിതങ്ങൾക്ക് മേൽ തീകോരിയിടുക.
ചിറകുകൾ അരിയപ്പെട്ട പക്ഷികളെപ്പോലെ
സമൂഹം നിങ്ങളെ വീടുകൾക്കുള്ളിൽ

തളച്ചിടുകയായിരുന്നു.
ശക്തി സംഭരിക്കുന്ന കൊടുങ്കാ-
റ്റിനെപ്പോലെ പുറത്തുവരിക,
അല്ലയോ സഹോദരി, വരൂ,
സൈക്കിൾ സവാരി പഠിക്കൂ,
എന്നിട്ട് കാലത്തിന്റെ ചക്രങ്ങളിൽ
യാത്രയാകൂ.

പുതുക്കോട്ടയിലെ കവികളായ ജയചന്ദറും മുത്തുഭാസ്കരനും സൈക്കിൾ സവാരിക്കാരായ സ്ത്രീകൾക്കുവേണ്ടി എഴുതിയ നിരവധി പാട്ടുകളിലൊന്നാണിത്.

സൈക്കിൾ പഠിക്കാൻ തുടങ്ങിയ കാലത്തെ അനുഭവങ്ങൾ അംഗണവാടി ടീച്ചറായ സരള ഓർത്തു:

"അതു പുകിലായിരുന്നു. ക്രൂരമായിത്തന്നെ പുരുഷന്മാർ ഈ മുന്നേറ്റത്തെ നേരിട്ടു. അപവാദങ്ങൾ ഏറെ കേട്ടു. അറിവൊളി ഇയക്കം ഞങ്ങൾക്ക് ധൈര്യം നല്കി. കുറച്ചുനാൾ കഴിഞ്ഞപ്പോൾ സമൂഹത്തിന് സ്ത്രീകൾ സൈക്കിൾ ചവിട്ടുന്നത് അംഗീകരിക്കാതെ വയ്യെന്നായി."

ഒരുപാട് തിരക്കി തിരക്കിയാണ് കണ്ണമ്മാളെ കണ്ടെത്തിയത്. എൽ ഐ സിയുടെ പുതുക്കോട്ട ബ്രാഞ്ചിൽ ജൂനിയർ അസിസ്റ്റന്റാണ് കണ്ണമ്മാൾ ഇപ്പോൾ. സൈക്കിൾ ഓടിക്കാൻ സ്ത്രീകളെ പഠിപ്പിച്ച തന്നെ തേടി കേരളത്തിൽനിന്ന് ഇവിടംവരെ വന്നതിനെക്കുറിച്ച് കണ്ണമ്മാൾ അത്ഭുതപ്പെട്ടു:

"അന്ന് ഇതേ അല്ലായിരുന്നു സാഹചര്യം. പെൺകുട്ടികൾ 4, 5 ക്ലാസിനപ്പുറം പഠിക്കാറില്ല. അടുത്തെങ്ങും സ്കൂളുകൾ ഇല്ലാത്തതു തന്നെയായിരുന്നു കാരണം. മെൻസസ് ആയിക്കഴിയുമ്പോൾ ദൂരേക്ക് പോകാനുള്ള സൗകര്യമില്ലാതെ പഠിത്തം നിർത്തും. ഇതിനു ബദലായി 1991 ൽ അറിവൊളി ഇയക്കം ദേശീയതലത്തിൽ തുല്യതാ പരീക്ഷ നടത്തി. ലക്ഷക്കണക്കിനാളുകളാണ് പഠിക്കാൻ എത്തിയത്. സ്ത്രീകളുടെ എണ്ണം കുറവാണെന്ന് കണ്ടാണ് ഷീലാ റാണി ചുങ്കത്ത് മാഡം "സൈക്കിൾ" പദ്ധതി ആവിഷ്കരിച്ചത്. ഞാനാണ് ആദ്യം പഠിച്ചത്. ആദ്യമായി സ്ത്രീകളെ പഠിപ്പിച്ചതും ഞാനായിരുന്നു. പെണ്ണുങ്ങൾ സൈക്കിൾ ചവിട്ടിയാൽ കലികാലം, മഴ പെയ്യില്ല എന്നൊക്കെയായിരുന്നു വിമർശനങ്ങൾ. മാഡം വളരെ കർശനമായി നേരിട്ടു. സർക്കാരിൽനിന്ന് ഏതു കാര്യം നടത്തിയെടുക്കണമെങ്കിലും വീട്ടിലുള്ള സ്ത്രീകൾ സൈക്കിൾ ഓടിച്ച് കാണിക്കണം എന്നു പറയുമായിരുന്നു. അങ്ങനെ പദ്ധതിക്ക് സാമൂഹിക അംഗീകാരം കിട്ടി. സ്ത്രീകൾക്കായി സൈക്കിൾ പരിശീലന കേന്ദ്രങ്ങൾ, സൈക്കിൾ ഓടിക്കൽ മത്സരങ്ങൾ, സൈക്കിൾ യാത്രാ പ്രദർശനങ്ങൾ, പ്രകടനങ്ങൾ, ലക്കി ഡിപ്പുകൾ, സമ്മാനങ്ങൾ - സമ്മാനം കിട്ടാൻ വേണ്ടി മാത്രം സൈക്കിൾ ഓടിക്കാൻ പഠിച്ച് ഒടുവിൽ അത് ജീവിതത്തിന്റെ രീതിയാക്കി മാറ്റിയ ആയിരക്കണക്കിന് സ്ത്രീകളെ എനി

ക്കറിയാം. അംഗണവാടി ടീച്ചർമാർക്ക് സൈക്കിൾ പഠനം നിർബ്ബന്ധമാക്കി. ഇപ്പോൾ നടക്കാൻ പഠിക്കുന്നതുപോലെ സ്വാഭാവികമായി പെൺകുട്ടികൾ സൈക്കിൾ ഓടിക്കാനും പഠിക്കുന്നു. തമിഴ്നാട് ഗവൺമെന്റ് എല്ലാ പെൺകുട്ടികൾക്കും സൗജന്യമായി സൈക്കിൾ നല്കുകയും ചെയ്യുന്നുണ്ട്."

സഞ്ചാരസ്വാതന്ത്ര്യം സ്ത്രീക്ക് നല്കുന്ന ആത്മവിശ്വാസം എത്രയാണെന്നറിയാൻ പുതുക്കോട്ടയിൽ പോകണം. "എല്ലാ സ്ത്രീകളും സൈക്കിൾ പഠിക്കാൻ മുന്നോട്ടുവന്ന ആദ്യകാലത്ത് സൈക്കിളുകൾക്ക് ഭയങ്കര ക്ഷാമമായിരുന്നു. അന്ന് പുരുഷന്മാർക്കുള്ള സൈക്കിളുകൾ ചവിട്ടിയാണ് സ്ത്രീകൾ പ്രശ്നം പരിഹരിച്ചത്. കുട്ടികളെ മുന്നിലിരുത്തി പോകാൻ അതാണ് നല്ലത് എന്നവർ മനസ്സിലാക്കി. പിന്നിലെ സ്റ്റാന്റുകളിൽ വെള്ളം നിറച്ച കുടങ്ങൾ വച്ച് കുടിവെള്ളത്തിനായി കിലോമീറ്ററുകളോളം നടക്കുന്ന ഭാരം അവർ കുറച്ചു. കാർഷികോല്പന്നങ്ങൾ ദൂരെയുള്ള ചന്തകളിലേക്ക് സൈക്കിളിൽ കൊണ്ടുപോയി നല്ല വില നേടി."

സ്ത്രീകൾക്കിടയിൽ സൗഹൃദവും ഉറച്ച ബന്ധങ്ങളും സൃഷ്ടിക്കാൻ സൈക്കിൾ സ്വാതന്ത്ര്യം വഴി തെളിച്ചുവെന്നും കണ്ണമ്മാൾ പറഞ്ഞു:

സൈക്കിൾ ഓടിക്കുന്ന സത്രീകൾ അന്നും ഇന്നും പറയുന്നു:

"ഇത് സാമ്പത്തികമായി മെച്ചപ്പെടുന്നതിന്റെ മാത്രം കാര്യമല്ല, ആത്മാഭിമാനത്തിന്റെ പ്രശ്നമാണ്, സ്വാതന്ത്ര്യത്തിന്റെയും സംതൃപ്തിയുടെയും പ്രശ്നമാണ്."

ഇന്ന് പുതുക്കോട്ടയിലെ നിരത്തുകളിൽ പാടിനടക്കുന്നത് ജയചന്ദറിന്റെ മറ്റൊരു പാട്ടാണ്:

"അതേ സഹോദരാ
ഞാൻ സൈക്കിൾ സവാരി പഠിച്ചുകഴിഞ്ഞു
ഞാൻ കാലത്തിന്റെ ചക്രങ്ങൾക്കൊപ്പം
ചലിക്കുകയാണ്."

9 789386 637185

Printed by Libri Plureos GmbH in Hamburg,
Germany